EKKANISA OMUSANVU

"Nnali mu Mwoyo ku lunaku lwa Mukama waffe, ne mpulira ennyuma wangeeddoboozi ddene, ng'ery'akagombe, nga koogera nti, 'Ky'olaba, wandiika mu kitabo, okiweereze ekkanisa omusanvu, eri Efeso: n'eri Sumuna, n'eri Perugamo, n'eri Suwatira, n'eri Saadi, n'eri Firaderufiya, n'eri Lawodikiya.' Nenkyuka okulaba eddoboozi eryayogera nange. Bwe nnakyuka, ne ndaba ettabaaza musanvu eza zaabu; ne wakati w'ettabaaza ne ndaba afaanana ng'omwana w'omuntu ng'ayambadde okutuuka ku bigere, era ng'asibiddwa mu kifuba olukoba olwa zaabu "
(Okubikkulirwa 1:10-13).

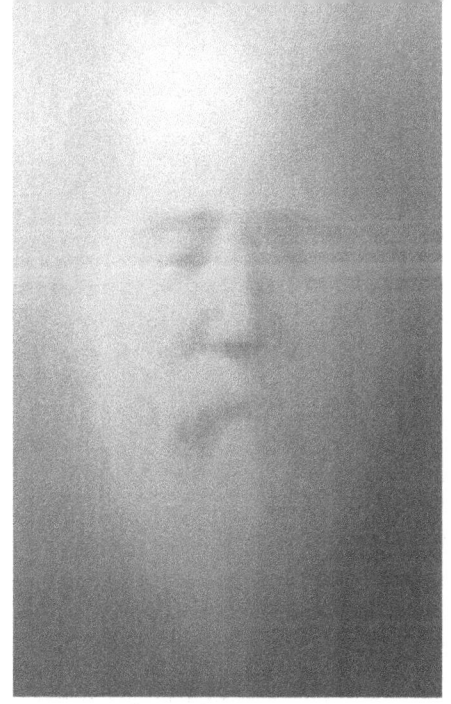

Dr. Jaerock Lee

EKKANISA OMUSANVU

EKANISA OMUSANVU kya Dr. Jaerock Lee
Kyafulumizibwa aba Urim Books (Abakulirwa: Johnny. H. Kim)
235-3, Guro-dong3, Guro-gu, Seoul, Korea
www.urimbooks.com

Obuyinza bwonna tubwesigaliza. Ekitabo kino oba ebitundu byakyo tebirina kufulumizibwa nate mu ngeri yonna, oba okuterekebwa mu ngeri yonna, oba okufulumizibwa mu kika kyonna ng'okwokyesaamu, oba okunaazaamu kkoppi, awatali lukusa okuva eri abaakifulumya.

Okujjako nga kiragiddwa, eby'awandiikibwa byonna bisimbuddwa mu Kitabo Ekitukuvu.

Obwannannyini @ 2009 bwa Dr. Jaerock Lee
ISBN: 979-11-263-1381-5 03230
Obwannannyini ku kuvunnula @ 2009 bwa Dr. Esther K. Chung.
Ng'akkiriziddwa.

Kyasooka kufulumizibwa mu lulimi olu Korea aba Urim Books mu 2007

Kyasooka kufuluma mu gw'omukaaga 2009

Kyasunsulibwa Dr. Geumsun Vin
Kyalungiyizibwa Ekitongole ekisunsuzi ekya Urim Books
Kyakubibwa mu kyapa aba Yewon Printing Company: urimbook@hotmail.com

Ennyanjula

Okwebaza kwonna n'ekitiibwa mbiddiza Katonda Kitaffe oyo atukkirizza okufulumya ekitabo kino Ekkanisa Omusanvu. Ekitabo kino kirimu okwagala kwa Katonda n'ekyama eky'ennaku ez'oluvannyuma.

Nnalina endwadde nnyingi nnyo okumala emyaka musanvu, era yali embeera nga sirina bwe ngivaamu. Naye olw'ekisa kya Katonda nnawonyezebwa endwadde zange zonna era ne ntandika okutambulira mu bulamu Obw'ekikristaayo. Mu kiseera ekyo n'alina ekiruubirirwa. Nnali njagala nfuuke omukadde w'ekkanisa omulungi ennyo oyo asobola okuyamba abaavu n'abantu abatali bulungi era nkole emirimu gy'obu minsane okusobola okusasula ekisa kya Katonda. Naye, Katonda yampita okuba omusumba era n'ampa obuvunaanyizibwa okubuulira enjiri eri abantu bonna.

Okuva lwe n'atandika ekkanisa mu mwaka gwa 1982, Nnagobereranga eky'okulabirako ky'ekkanisa ezaasookawo, ezatandikibwawo abatume oluvannyuma lw'okuzuukira n'okulinnya kwa Mukama mu ggulu. Essira n'alissa ku kusaba n'okubuulira enjiri. Era ekyavaamu, ba memba b'ekkanisa bassuka mu 100,000 n'amatabi g'ekkanisa agali eyo mu 8,000 okwetooloola ensi yonna agali obumu n'ekkanisa yaffe n'okubuulira enjiri eri buli kasonda ka nsi.

Mu bayigirizwa n'abakkiriza ab'ekkanisa ezaasooaka, mwalimu bangi abaali beerabiddeko ku bubonero obw'eby'amagero n'ebyewuunyisa, n'okuzuukira saako okwambuka kwa Mukama Yesu mu Ggulu. Bano bajjuzibwa ekisa, amazima, n'Omwoyo, era ne bafuna okukkiriza okw'amaanyi. Baafuuka ejjinja ery'okunsonda mu buweereza bw'ensi yonna wadde nga baali mu kuyigganyizibwa okw'amaanyi. Era ekyavaamu, Obukristaayo yafuuka enzikiriza y'Obwakabaka bwa Balooma. Enjiri eyatandikira mu Isiraeri yasaasaanyizibwa mu nsi yonna, era nga kati eri mu kuddayo mu Isiraeri nate.

N'olwaleero, ne mu bakkiriza mwennyini, mulimu bangi abaafiirwa okwagala kwabwe okwasooka. Okukula kwabwe okw'omwoyo kulina okukoma, era ne babeera n'okukkiriza okuguma. Waliyo n'abalala bangi abatakkiririza ddala mu Katonda Ayinza byonna. Tebakkiriza mu Yesu ng'omulokozi, era nga bawakanya emirimu gy'Omwoyo Omutukuvu. Ekiseera bwe kigenda kiyitawo, waliwo amakanisa agagenda gava ku by'okukung'anira awamu era ne gekkiriranya n'ensi.

Omutume Yokaana yabuulira enjiri nga tafaayo ku bulamu bwe wadde nga yali mu kuyigganyizibwa okw'amaanyi okuva mu bwakabaka bwaba Looma. Yawang'angusibwa ku kizinga e Patimo era eyo gye yafunira okubikkulirwa okuva eri Mukama.

Kale wandiika by'olabye, n'ebiriwo, n'ebigenda okubaawo oluvannyuma lw'ebyo, ekyama ky'emmunyeenye omusanvu z'olabye mu mukono gwange ogwa ddyo n'ettabaaza omusanvu eza zaabu. Emmunyeenye omusanvu be bamalayika b'ekkanisa omusanvu, n'ettabaaza ze kkanisa omusanvu (Okubikkulirwa 1:19-20).

Nnamba musanvu mu Bayibuli gwe muwendo ogulaga okutuukirira. N'olwekyo, ekkanisa omusanvu wano tezoogera ku kkanisa mu Efeso, Sumuna, Perugamo, Suwatira, Saadi, Firaderufiya, n'eri Lawodikiya zokka. Wabula n'amakanisa gonna agaazimbibwa mu biseera by'Omwoyo Omutukuvu.

Ebbaluwa eri ekkanisa za Mukama omusanvu mu kitabo ky'okubikkulirwa y'amakanisa omusanvu gonna agabaddewo okutuusa leero. Eringa ekipande kwe balina okusoma era ekifunze ky'ebigambo bya Katonda mu Ndagaano Enkadde ne Ndagaano Empya.

Era kirimu obubaka obukulu ennyo obuyamba ekkanisa okubeera esanyusa mu maaso ga Mukama, era nzikiriza nti omulimu guno gujja kuzuukusa amakanisa mangi nate.

Nneebaza Geumsun Vin, Akulira Ekitongole ekisunsuzi eky'ekkanisa ya Manmin Enkulu, n'abakozi b'ekitongole bonna abasobozesezza ekitabo kino okufuluma. Nsaba mu linnya lya Mukama nti abasomi bonna banaanoonya Mukama oyo anaatera okudda era beewunde ng'abagole Be.

Jaerock Lee

OKUGGULA OLUGI ERI EKKANISA OMUSANVU

Ekizinga Patimo kisangibwa ku nnyanja ey'amazzi amalungi ennyo eyitibwa Aegean. Walabika bulungi nnyo olw'amazzi g'omu kifo kino n'ennyumba ezeetooloddewo enjeru. Kye kifo omutume Yokaana gye baamuwang'angusiza era yafunirayo okubikkulirwa kungi ku bikwatagana ku nnaku ez'oluvannyuma omuli n'obubaka obw'ekkanisa omusanvu.

Omutume Yokaana yali omu ku bayigirizwa ekkumi n'ababiri aba Yesu. Yabuulira enjiri mu bifo nga Perugamo ne Sumuna. Yasibibwa ku biragiro bya kabaka Domitiyana era nga yamusalira gwa kufa. Yasuulibwa mu nsuwa ya buto eyeesera, naye teyattibwa kubanga Katonda yali naye. Olw'ekigendererwa kya Katonda, yasibibwa ku kizinga kye Patimo.

Mu kiseera ekyo, Patimo kye kyali ekifo gye baawang'angusiza ng'abantu, ebiseera ebisinga abo ab'eby'obufuzi. Kyali ekifo eky'essudde nga kisirifu. Kyali kifo kirungi nnyo okusabiramu n'okuwuliziganya ne Katonda. Yokaana ye yeemalira mu kusaba mu mpuku eyali mu kasonda akamu ak'ekizinga, era eyo gye yafunira okubikkulirwa okuva eri Katonda era n'akuwandiika.

Okusobola okufuna okubikkulirwa okw'ekika kino, amaaso g'omuntu ag'omwoyo gateekwa okuba nga gagguddwa mu kwolesebwa kw'Omwoyo Omutukuvu era ng'alina okuba ng'alung'amizibwa bamalayika. Kale, Katonda yali yasooka kutereeza Yokaana asobole okufuuka omusajja ow'omwoyo ogutuukiridde, kwe kugamba omusajja omulongoofu ow'amazima. Yokaana yali yayitibwako 'Omwana w'Eggulu Eribwatuka,' naye ekyava mu kutereezebwa kwa Katonda, yakyukira ddala era n'atuuka n'okuyitibwa 'Omutume ow'Okwagala.' Yasaba nnyo n'atuuka n'okuba ng'olususu lwe olw'omukyenyi lugumye.

Obubaka obw'ekkanisa omusanvu buli mu ngeri ya bbaluwa. Buwa essomo ery'amaanyi eri ekkanisa n'abakkiriza abaleero, era ne butuyamba okutegeera ekkanisa eyinza okutenderezebwa Katonda bw'ebeera. Olw'okuba ekkanisa za Efeso, Sumuna, Perugamo, Suwatira, Saadi, Firaderufiya, n'eye Lawodikiya ziyimirirawo ku lwe kanisa zonna ez'omu nsi.

Essomo ery'ekkanisa omusanvu si lugero lumu olwabeerawo mu byafaayo. Bwe bubaka bwa Mukama obw'okuyaayaana, oyo ayagala okulaba nga ekkanisa zonna zizuukuka mu mirembe gyonna. Wadde bayinza okugamba nti bagala nnyo Mukama, waliwo ekkanisa nnyingi ezirina okwetunulamu okulaba oba nga batambula mu ngeri Mukama gy'ajja okutendereza oba okunenya.

Mu mizannyo egisinga obungi, mubaamu okuvuganya wakati w'abazannyi bennyini n'okuvuganya wakati w'ebibinja eby'enjawulo. Kye kimu ne mu kukkiriza. Ku lunaku lw'Omusango, si bantu bokka be bajja okusalirwa omusango, wabula na buli kkanisa ejja kusalirwa omusango. Mu kiseera kino, okusinziira ku bijja okwogerwa ku buli kkanisa, ekkanisa ejja kuweebwa empeera oba eyinza okuweebwa ekyo ekikontana n'empeera.

Era, omusumba, oba omukulu w'ekkanisa, ajja kusalirwa omusango si lwa kukkiriza kwe ye kwokka wabula n'olw'okuba omusumba. Okusinziira ku ngeri gye yalung'amyamu ekkanisa n'obwesigwa endiga bwe zaamuteekamu mu linnya lya Mukama, Ajja kutunuulirwa nnyo. Omusumba alina okugoberera okwagala kwa Mukama mu kulung'amya ekkanisa n'endiga ng'omukulu w'ekkanisa eyatandikibwawo mu linnya erya Yesu Kristo. Ekitali ekyo, omusango gwe gunaaba munene.

Yakobo 3:1 wagamba, "Temubeeranga bayigiriza bangi, baganda bange, nga mumanyi nga tulisalirwa omusango ogusinga obunene." Okwawukanako kw'ekyo, omusumba bwakulembera endiga ze eri omuddo omulungi n'amazzi amakakkamu, era n'abatwala eri ebifo eby'okubeeramu ebirungi mu bwakabaka obw'omu ggulu, ajja kufuna empeera ezitagambika n'ekitiibwa.

N'olwekyo, obubaka obw'ekkanisa omusanvu kwe kwegayirira okw'amaanyi okwa Mukama eri abaweereza bonna n'abakkiriza b'ekkanisa zonna mu nsi. Kubanga abaana ba Katonda okuyimirira obulungi, n'ekkanisa n'azo zirina okuyimirira obulungi. Eyo yensonga lwaki Mukama asindise okwegayirira

Kwe eri ekkanisa nnyingi n'abaweereza.

"Alina okutu awulire Omwoyo ky'agamba ekkanisa."

Ebirimu

Ennyanjula

Okuggula Oluggi eri Ekkanisa Omusanvu

Essuula 1

EKKANISA YA EFESO   1

Baanenyezebwa Olw'okuva ku Kwagala Kwe Okwasooka

Essuula 2

EKKANISA Y'E SUMUNA   47

Okuwangula Ebigezo by'okukkiriza

Essuula 3

EKKANISA Y'E PERUGAMO   91

Okuwola n'Okuddugazibwa Enjigiriza Enkyamu

Essuula 4

EKKANISA Y'E SUWATIRO   133

Okwekkiriranya n'Ensi n'Okulya
Ebintu ebyaweebwaayo eri Ebifaananyi

Essuula 5

EKKANISA Y'E SAADI 179
Ekanisa Entono N'erinnya nti baali
Balamu naye nga Bafu

Essuula 6

EKKANISA Y'E FIRADERUFIYA 213
Nga Bafuna Kusiimibwa kwokka Olw'okutambulira mu Kukkiriza

Essuula 7

EKKSANISA Y'E LAWODIKIYA 247
Ekkanisa Ennene Eyali Teyokya ate nga
Tennyogoga

Okumaliriza
Okwagala kwa Katonda Okuli mu
Bubaka bw'Ekkanisa Omusanvu

ESSUULA 1

EKKANISA EYA EFESO
- Baanenyezebwa Olw'okuleka Okwagala Kw'abwe Okw'olubereberye

Okusinza ebifaananyi kyali kikkirizibwa era nga kikolebwa nnyo mu Efeso. Mukama yatendereza abakkiriza mu Efeso olw'okufuba kwabwe, kubanga tebaagumiikirizanga babi, n'olw'okukemanga abeeyita abatume nga si bo, ne babazuula nga balimba. Yatendereza obugumiikiriza bwabwe n'okuguma olw'erinnya lya Mukama, so tebaakoowa. Wabula, Mukama yabanenya olw'okuleka ebintu ebyo eby'okwagala okw'olubereberye era n'abawa amagezi okwenenya okusobola okuddamu okukolanga ebyo bye baakolanga.

Leero, waliyo ekkanisa ezitandika n'okusaba okw'amaanyi. Naye bwe zigenda zikula, zitandika okwemanya, era okuyaayaana kw'azo n'okwagala n'ebiwola. Obubaka buno eri ekkanisa ya Efeso buweebwa ekkanisa ez'ekikula ekyo.

Okubikkulirwa 2:1-7

Eri malayika ow'ekkanisa ey'omu Efeso wandiika nti: Bwati bw'ayogera oyo akwata emmunyeenye omusanvu mu mukono Gwe ogwa ddyo, atambulira wakati w'ettabaaza omusanvu eza zaabu, 'Mmanyi ebikolwa byo, n'okufuba kwo n'okugumiikiriza kwo, era nga toyinza kugumiikiriza babi, era wabakema abeeyita abatume so nga si bo, era wabalaba nga balimba, era olina okugumiikiriza, era waguma olw'erinnya lyange, so tewakoowa.

Naye nnina ensonga ku ggwe, kubanga waleka okwagala kwo okw'olubereberye. Kale jjukira gye wagwa, weenenye, okolenga ebikolwa eby'olubereberye bw'otalikola bw'otyo, njija gyoli, era ndiggyawo ettabaaza yo mu kifo kyayo, bw'otalyenenya. Naye kino ky'olina kubanga okyawa ebikolwa by'Abanikolayiti, nange bye nkyawa. Alina okutu awulire Omwoyo ky'agamba ekkanisa. Awangula ndimuwa okulya ku muti ogw'obulamu, oguli wakati mu lusuku lwa Katonda.'

Ebbaluwa ya Mukama eri Ekkanisa ey'omu Efeso

Eri malayika ow'ekkanisa ey'omu Efeso wandiika nti: Bwati bw'ayogera oyo akwata emmunyeenye omusanvu mu mukono Gwe ogwa ddyo, atambulira wakati w'ettabaaza omusanvu eza zaabu. (Okubikkulirwa 2:1-7).

Buli mwaka mu mwezi ogw'okutaano, waalingayo ekivulu mu Efeso ekya katonda ayitibwa Atemi, katonda w'obuggagga. Efeso kibuga kisangibwa ku lubalama lw'ebugwa njuba w'ensi ye Butuluuki. Waalingayo ebifo bingi omutundirwa eby'amaguzi n'abantu abaavanga mu Syria, Buyindi, Buwarabu, n'e Misiri. Kyali ekibugga kinene ddala era nga kyali ekibuga ekisinga okusubulirwamu ebuvanjuba.

Enjiri yali esimbiddwa mu kibuga Efeso okuyita mu buweereza obw'ekiminsane obw'omutume Pawulo. Enjiri ya Yesu Kristo yali temanyiddwa mu bakkiriza bokka, wabula yatuuka ne mw'abo abaali basinza katonda omukazi owa

Atemi.

Emirimu Egy'omuliro ogw'Omwoyo Omutukuvu Gy'alagibwa mu Kkanisa ye Efeso

Olunaku lumu, omutume Pawulo bwe yali abuulira enjiri mu Asiya, yagenda mu Efeso. Eyo gye yasisinkana abagoberezi ba Yesu era n'abuuza ekibuuzo. "'Mwaweebwa Omwoyo Omutukuvu bwe mwakkiriza? Ne bamugamba nti 'Nedda, n'okuwulira tetuwuliranga nti waliyo Omwoyo Omutukuvu'" (Ebikolwa 19:2). Omutume Pawulo n'abuuza ekibuuzo ekirala. "'Kale mwabatizibwa kuyingira mu ki? Ne bagamba nti. 'Mu kubatizibwa kwa Yokaana'" (Ebikolwa 19:3). Omutume Pawulo olwo nalyoka abuulira enjiri n'obuvumu eri abo abaali tebamanyi bulungi Yesu Kristo. "Yokaana yabatiza okubatiza okw'okwenenya, ng'agamba abantu bakkirize agenda okujja ennyuma we, ye Yesu" (Ebikolwa 19:4).

Era ekyavaamu, bakkiriza Yesu Kristo okuyita mu mutume Pawulo era ne bafuna okubatizibwa okulala. Emirimu egy'ewuunyisa egy'Omwoyo Omutukuvu gw'abakkako nga bwe kyali mu makanisa amalala agaasookawo. Baafuna Omwoyo Omutukuvu era ne boogera mu nnimi ne bawa n'obunnabbi.

Awo, omutume Pawulo n'abuulira enjiri okumala emyaka essatu mu yeekaalu ye Efeso. Abamu baamukolokota n'emitima emikakanyavu era egitaliimu kye gigasa, kale n'ava mu kifo ekyo era n'abulira enjiri okumala emyaka ebiri mu ssomero lya

Tayiranasi.

Pawulo bwe yali abuulira enjiri, Katonda yatuukiriza emirimu egitali gya bulijjo okuyita mu mikono gya Pawulo. Obutambaala oba eminagiro ebyali bimwekoonyeeko byatwalibwa ng'abalwadde, endwadde n'eziwona n'emizimu ne gibavaako. Amawulire gano gaasaasaana mu Efeso yonna, era Abayudaaya bangi n'Abayonaani bakkiriza Yesu Kristo.

Awo abaali bawoola ebibajje by'akatonda mu Efeso ne balaba ng'akalimu kaabwe kali kagenda kuggwawo era ne bagezaako okumutta. Baali batya nti abantu bajja kuba nga tebakyasobola kusinza katonda wa Atemi nga bazze eri Yesu Krsito.

Mulaba era muwulira nga si Efeso mwokka naye nga mu Asiya yonna Pawulo oyo asenzesenze era akyusizza ekibiina kinene, ng'agamba nti Abakolebwa n'emikono si bakatonda. Naye si ffe fekka tulabye akabi omulimu gwaffe okunyoomebwanga, era naye n'essabo lya Atemi katonda omukulu omukazi okulowoozebwanga nga si kintu, n'oyo n'okuggibwa n'aggibwa mu kitiibwa kye, asinzibwa Asiya yonna n'ensi zonna, (Ebikolwa 19:26-27).

Abawoola bwe baagenda mu maaso n'okutambuza obubaka obwo mu bantu bwe baakolanga omulimu ogwo, baanyiiga nnyo okuba nga baali basobola okuccankalanya ekibuga kyonna. Baagezaako okukwata Pawulo n'abo abaali naye, nga babuulira enjiri. Naye ne mukuyigganyizibwa kuno, okuyita mu mirimu gy'obu minsane Pawulo gye yatwalanga mu Efeso, ekanisa yamala n'enywezebwa.

Mukama Akwata Emmunyeenye Omusanvu mu Mukono Gwe Ogwa Ddyo

Mukama awandiikira Ekanisa eno ey'omu Efeso. Mu kitundu ekisooka omuwandiisi ne gwe bagiwandiikira boogerwako. Yasindikibwa eri malayika ow'ekkanisa ey'omu Efeso okuva eri oyo akwata emmunyeenye omusanvu mu mukono Gwe ogwa ddyo.

Wano, 'malayika' kitegeeza omubaka oba omuntu akola okwagala kwa mukama we, era kino kitegeeza omusumba asumba ekkanisa y'e Efeso. Oyo akwata emmunyeenye omusanvu mu mukono Gwe ogwa ddyo ye Yesu Kristo.

Yesu yajja ku nsi kuno olw'obulokozi bw'ekibi ky'abantu. Yajja okuyiwa amazzi Ge n'omusaayi mu kukomererwa okwali okukambwe bwe kutyo. Yazuukira, n'aggula ekkubo ery'obulokozi, era n'agenda mu Ggulu. Kati, Ali mu kutegeka ebifo eby'okubeeramu eby'abaana ba Katonda mu bwakabaka obw'omu ggulu okutuuka ng'ekigendererwa ky'okuteekateeka omuntu kiwedde.

Ekiseera ekyateekebwaawo Katonda bwe kirituuka, Mukama ajja kuddira mu bire okutwala abatuuze Be ab'omu ggulu. Era ajja kujja ng'Omulamuzi.

Nsonga ki eviirako okuyita Mukama waffe nti, "Oyo akwata emmunyeenye omusanvu mu mukono Gwe ogwa ddyo, era Atambulira wakati w'ettabaaza Omusanvu eza zaabu."? (olu. 1)

Mu bantu abasinga obungi, omukono ogwa ddyo

gw'amaanyi okusinga ogwa kkono. Omukono ogwa ddyo kabonero akalaga amaanyi n'obuyinza, era emmunyeenye ziyimirirawo ku lwa bantu. Ekitundu eky'okubiri eky'Okubikkulirwa 1:20 wagamba, "Emmunyeenye omusanvu be bamalayika b'ekkanisa omusanvu, n'ettabaaza ze kkanisa omusanvu," ekitegeeza nti, emmunyeenye omusanvu babeera boogera ku basumba ab'ekkanisa omusanvu.

Okugamba nti Mukama akutte emmunyeenye omusanvu mu mukono Gwe ogwa ddyo kitegeeza nti Katonda akutte abasumba n'abaweereza Be abo baalonze n'amaanyi Ge. Okuyita mu bo, Katonda agulumizibwa ng'alaga okuwonya okw'obwa Katonda n'emirimu egy'ewuunyisa, nga buno bwe bukakafu obulaga okubeerayo kwa Katonda omulamu, n'okuwa eby'amagero Bye ebyo ebissukuluma obudde n'ekifo (Makko 16:17-20; Ebikolwa by'abatume 19:11-12).

Mu Matayo 16:18, Yesu yagamba Peetero nti, "Nange nkugamba nti ggwe Peetero, nange ndizimba ekkanisa yange ku lwazi luno; so n'emiryango egy'Emagombe tegirigiyinza." Nga bwe kyayogerwa, omusumba n'ekkanisa ebirondeddwa era n'ebinywezebwa Katonda tebisobola kumenyebwa mubi oba omuntu omulala yenna.

N'olwekyo, omuntu bwasalira ekkanisa omusango oba okugikolokota n'omusumba akwatiddwa mu mukono gwa Mukama ogwa ddyo, kitegeeza nti akolokota era omusango agusalira Mukama Yennyini.

Mukama Atambulira Wakati w'ettabaaza Omusanvu eza Zaabu

Wagamba nti Mukama atambulira wakati w'ettabaaza eza zaabu. Zaabu mu mwoyo ayimirirawo ku lw'okukkiriza okutakyukakyuka, n'ekkanisa ez'ettabaaza. Ettabaaza eza zaabu kitegeeza ekkanisa ezitandikibwawo olw'okukkiriza mu Mukama, ekkanisa ezigulwa omusaayi gwa Mukama era nga gwe mubiri gwa Kristo. Omuwendo musanvu kitegeeza okutuukirira. 'Ettabaaza omusanvu eza zaabu' kitegeeza ekkanisa ezitandikibwaawo mu linnya lya Mukama.

Emisubbaawa bwe gikoleezebwa be bakkiriza. Nga emissubbaawa bwe gireeta ekitangaala awabadde ekizikiza bwe gikoleezebwa, ekkanisa, nga wano we wakung'anira abakkiriza, ejjula Omwoyo era bwe batambulira mu mazima, bajja kutangaaza ekifo n'ekitangaala. Bwe tubeera n'okukkiriza okutuufu, tujja kutambulira mu kitangaala okusinziira ku kigambo kya Katonda. Okuyita mu kkanisa ezirina abakkiriza ab'ekika kino, abantu bangi bajja kuva mu kizikiza badde mu kitangaala era batuuke eri obulokozi.

Mukama okutambulira wakati w'ettabaaza omusanvu kitegeeza nti Atambulatambula mu kkanisa zonna ezateekebwawo Katonda era ng'azitunuulidde n'eriiso Lye ejjogi.

Okugamba nti 'oyo akwata emmunyeenye omusanvu mu mukono Gwe ogwa ddyo, atambulira wakati w'ettabaaza omusanvu eza zaabu' kitegeeza nti ekkanisa ezo ezitandikibwawo mu linnya lya Mukama n'abasumba abo Mukama baakutte n'amaanyi Ge be bajja okupimirwako gye bujja.

Leero, waliyo ekkanisa nnyingi nnyo n'abasumba ababuulira ekigambo kya Katonda, naye nga si buli kusomesa kwabwe nti kw'amazima. Abo bokka abaweereza Katonda bakkiririzaamu era baakakasa be basobola okubuulira okwagala kwa Katonda n'ebyo ebinaabasingisa omusango. Era, si buli kkanisa nti ejja kutuukiriza obuvunaanyizibwa ng'ekyombo ky'obulokozi. Mu nnaku ez'oluvannyuma, ezo zokka ekkanisa Mukama z'akutte mu mukono Gwe ze zijja okusobola okutuukiriza obuvunaanyizibwa. Kungulu, ziyinza okuteekebwawo mu linnya lya Mukama, naye nga kisoboka nti Mukama ebya ddala ajja kubeera tali mu kkanisa nnyingi.

Ku lunaku Olw'omusango, engeri omuntu gye yeeyisangamu ng'omukristaayo ku nsi kuno si kye kijja okutunuulirwa kyokka, wabula n'ekkanisa gye yalingamu nga kino n'akyo kijja kuba ekisinziirwako okusalirwa omusango. N'olwekyo, ekintu kino kikulu nnyo. Kituufu, obulokozi busalibwawo enkolagana ya buli muntu ssekinoomu ne Katonda. Naye ekika ky'ekkanisa mwe baatambuliranga ng'abakristaayo n'ekika ky'omusumba gwe baaweerezanga birina kinene nnyo kye bikola ku bakkiriza abo.

Eky'okulabirako, olw'obutamanya mazima bulungi, omusumba mu kanisa y'omuntu omu bw'aba asalira omusumba omulala omusango oba okumukolokota oba ekkanisa endala, olwo nno, ne ba memba b'ekkanisa eyo basobola okusalira omusumba omulala oba ekkanisa endala omusango oba okubakolokota mu ngeri y'emu. Mu ngeri eno, wadde bakikola tebalina kigendererwa kibi kyonna, tekisobola kumala gabuusibwa maaso ku lunaku olw'Omusango.

N'olwekyo, tulina okukitegeera nti ekkanisa mwe tusabira nkulu nnyo n'omusumba gwetuyigirako bwali omukulu. Omukulembeze w'ekkanisa bw'aba ng'atwala emmeeme nnyingi eri ekkubo ery'okufa, ekibonerezo kijja kubeera kinene nnyo. Okwawukana kw'ekyo, omusumba bw'aba atwala endiga ezaamukwasibwa eri omuddo omulungi n'amazzi amalungi, ng'abakulembera eri ekifo eky'okubeeramu ekirungi mu bwakabaka obw'omu ggulu, ajja kufuna empeera ennene n'ekitiibwa.

Oyo Mukama akutte emmunyeenye omusanvu mu mukono Gwe ogwa ddyo era atambulira wakati w'ettabaaza omusanvu eza zaabu alaba buli mbeera n'ebikolwa by'ekkanisa n'eriiso Lye ejjogi.

Ekkanisa Ez'ennaku zino Ziringa Ekkanisa y'Efeso

Engeri obubaka obw'ekkanisa omusanvu bwe butuukira ku kanisa zonna ez'omu nsi awatali nti oba zatandikibwa ddi era wa, ne mu kanisa ez'ennaku zino tusobola okusanga eby'okulabirako ebya buli emu ku kanisa omusanvu.

Mukama ayogedde ekigambo Kye eri ekkanisa ng'ekkanisa y'e Efeso. Ekkanisa nnyingi zirowooza nti zituukirizza obwakabaka bwa Katonda mu ngeri ey'amaanyi, naye ng'ate waliyo omuwendo gw'ekkanisa ogw'ewuunyisa ezitavudde ku kwagala kw'azo okw'olubereberye kyokka, wabula, nga tebasobodde nakukukomyawo.

Ekigambo kya Katonda kigenda eri ekkanisa ey'ekika kino. Okuva ekkanisa eyo lwe yatandikibwawo, ba memba baayo baatambulira mu mazima okumala ekiseera era ne bagumira buli kintu omuli n'okuyigganyizibwa olw'erinnya lya Mukama. Baali bannyi ikivu nnyo eri okwagala kwabwe okw'olubereberye, Baali bumu mu kusaba wadde nga bali wakati mu kuyigganyizibwa, era baagezaako okutuukiriza okwagala kwa Katonda nga bwe basobola.

Baagenda ku ddala ery'ebuziba mu mwoyo n'ekigambo kya Katonda eky'amazima n'ekibuulirwa. Baafuba nnyo okugaziya obwakabaka bwa Katonda, era ne basanyusa nnyo Katonda era Katonda n'abawa omukisa. Ekkanisa n'ekula buli lukya. Ba memba b'ekkanisa ne bafuna emikisa, era n'emirimu egy'okuwona n'egituukawo.

Ekkanisa bwe yeeyongera okunywera n'okwegombebwa ekkanisa endala, Awo wennyini ekkanisa weyatandikira okukyuka. Baatwalirizibwa nnyo.

Singa baakyuka mu kiseera ekyo ng'abakava ku kwagala okw'olubereberye era ne batandika okukyuka, bandikomezzaawo okwagala okw'olubereberye. Naye baali kati bafunye amalala mangi olw'okuba baalina bingi bye baali batuuseeko. Amalala ne gavaamu okwemanya nti Katonda Yennyini yali Abatendereza.

Olwo, ne batuuka ne kuky'okuba nti basalira emisango oba okukolokota ekkanisa endala. Olw'amalala agava mu bantu okubatendereza, basala emisango era ne bakolokota ekkanisa endala n'abasumba nti ba bulimba.

Ekigambo kya Katonda kitugaana okukolokota oba okusala emisango. N'olwekyo, tulina okuba nga tusobola okwawulawo ekituufu nga tukozesa ekigambo kya Katonda, naye tetulina

11

kwemanya okuyinza okutuziba amaaso n'ekituleetera okuba abazibe. Era, tewalina kuba muweereza wa Katonda yenna oba omusumba oyo akwatiddwa mu mukono gwa Mukama ogwa ddyo okuyita mu maanyi ga Katonda alina okutenderezebwa okusinziira ku magezi g'abantu kubanga tebibeera bituufu.

Ba membe b'ekkanisa baatuuka nga tebakyalina kuyaayaana okwewaayo oba okuguma olw'amazima. Okusaba kwagenda kukendeera buli lukya, era nga mu kifo ky'okugoberera okwagala kwa Katonda, baali bagala okweyagalira mw'ebyo bye baali batuuseeko. Mu ndabika ekkanisa yalinga ekyakula, naye ng'okufuba n'okuyaayaana okw'obwesigwa bye baali bafunye munda mu bo byali byaggwaawo.

Kye kimu n'okukkiriza kwa buli muntu ssekinnoomu. Omuntu ng'amaze okukkiriza Mukama, kasita okwagala okw'olubereberye kuba nga kukyaliwo, tasubwa kukung'ana kwonna okw'okusaba oba kawefube w'okubuulira enjiri, era mu kwagala akkiriza obuvunaanyizibwa bungi mu kkanisa. Naye ekiseera bwa kiyitawo, abeera takyajjumbira nnyo buvunaanyizibwa bwe. Ayinza n'okuba nga takyayagala kutuukiriza buvunaanyizibwa bwe. Ayinza n'okukyusa obuvunaanyizibwa bwe oba olw'obugayaavu mu kyo ayinza n'okubivaako.

Kituufu, omuntu ayinza okuba n'obuvunaanyizibwa obungi ennyo ne bumuzibuwalira okutuukiriza, naye kino kya njawulo nnyo n'omuntu okukyusa obuvunaanyizibwa bwe kubanga abeera takyayagala kubukola. Naye olw'okuba alina okukkiriza, abeera akyajja ku kanisa n'okukung'ana n'abakristaayo, naye okufuba kwe yalina kubeera kwaggwawo, era waba tewakyali kukula mu kukkiriza.

Ensonga Enkulu Eviirako Okufuuka ng'Ekkanisa ye Efeso

Abantu bwe batandika okufiirwa okwagala kwabwe okw'olubereberye, wadde bagezaako okufuba, bawulira bubi n'okunyiikaala olwa kino. Bawulira muli nga beetaaga okubaako kye bakikolera, naye ekiseera bwe kigenda kiyitawo emitima gyabwe gitandika okuguba nga tebakyawulira bubi. Era ekivaamu embeera eno ebeera tekyabayisa bubi. Omuntu n'ekkanisa, ensonga enkulu ennyo lwaki bava ku kwagala kwabwe okw'olubereberye ne bafuuka ng'ekkanisa y'e Efeso lwakuba tebanyweredde ddala mu kukkiriza.

Emiti egirina emirandira eginywedde mu ttaka tegimala ganyeenyezebwa. Mu ngeri y'emu, bwe tuba n'emirandira egy'okukkiriza eginyweredde mu kigambo kya Katonda n'okusaba tetujja kunyeenyezebwa mu mbeera yonna. Tulina okuzuula ensobi zaffe buli lunaku n'ekigambo kya Katonda era tukyuse emitima gyaffe n'okusaba, mu ngeri eyo, teri nsonga yonna eyinza kutuleetera kuva ku bujjuvu bwa Mwoyo. N'obujjuvu bw'Omwoyo tetujja kubeera na bunyiikaavu bwonna bunnyoola mitima gyaffe.

Omuntu ayinza okulabika ng'akkiririza mu Katonda, ng'abuulira enjiri eri abalala, era ng'asaba, naye olw'okuba talina mulandira munywevu ogw'okukkiriza, abeera talina kibala kirimu mulamwa eky'okudda obuggya. Abeera talina bukakafu bwonna nti ayagalibwa Katonda. Kale, emmeeme ye esobola okukyusibwa essaawa yonna. Kati abeera ayagala kwekiriranya n'embeera eriwo mu kiseera ekyo. Okukkiriza kwe kubeera tekugenda mu maaso, wabula ng'adda buzzi mabega.

N'olwekyo, tulina okwekkaanya okukkiriza kwaffe bwe kuli mu kiseera ekyo era twenenye n'okukyuka. Ekitali ekyo, Katonda agamba nti ajja kugyawo ettabaaza mu kifo kyayo (Okubikkulirwa 2:5). Olwo, Ekisa kya Katonda n'Omwoyo Omutukuvu bijja kudda mu kanisa endala abakkiriza okutuukiriza okwagala kwa Katonda n'ekigendererwa.

N'olwekyo, okuyita mu bubaka obwogerwa ku Kanisa ya Efeso, tuba tusobola okukebera okukkiriza kwaffe n'okukkiriza kw'ebibiina eby'enjawulo mu kanisa zaffe, okutegeera ekisobola okutenderezebwa n'ekijja okutunenyezebwa Mukama.

Okutenderezebwa Okwaweebwa Ekkanisa ya Efeso

Mmanyi ebikolwa byo, n'okufuba kwo n'okugumiikiriza kwo, era nga toyinza kugumiikiriza babi, era wabakema abeeyita abatume so nga si bo, era wabalaba nga balimba, era olina okugumiikiriza era waguma olw'erinnya lyange, so tewakoowa (Okubikkulirwa 2:2-3).

Mu mabaluwa eri ekkanisa omusanvu, tukizuula nti engeri Mukama gy'akolaganamu na buli emu kuzo ya njawulo. Eri ekkanisa ezimu Atendereza wamu n'okunenya, eri endala Anenya bunenya kyokka, eri endala atendereza butendereza kyokka ate mu ndala awa buwi magezi nga Tatenderezza wadde okunenya.

Bwe tuyigira ku ky'okulabirako kino ekya Mukama ng'akwata

ku kanisa omusanvu, tusobola okuwa abalala amagezi mu ngeri ennungi. Nga Katonda tanannenya ekkanisa eya Efeso, Yasooka kutendereza ebyo bye baakola obulungi olwo n'alyoka abanenya olw'ensobi zaabwe.

Bwe tuba tugezaako okumanyisa omuntu ensobi ze, bwe tusooka okubanneya olwo ate ne tumutendereza, omutima gwe guba gweggadde dda bwe gwawulidde okunenyezebwa. Kale, kijja kuba tekikola. Okutendereza bwe kusooka, tusobola okuleetera omutima gwe okweggula obulungi, awo oluvannyuma bwe twogera ku bintu ebyetaaga okukyusibwa ng'okutendereza kuwedde, ajja kukyaniriza n'endowooza ennungi.

Kale, omuntu bw'aba talina kintu kyonna kya kumutenderezaako, kisingako obutamunenya mu kintu kyonna. mu ngeri eno, ajja kunnyolwa muli era ajja kubivaako. Mu mbeera eno, kiba kyamagezi okuwabula omuntu mu kwagala awatali kunenya bunenya. Kati, katwongere okwekenneenya okutendereza kwa Mukama okwaweebwa ekkanisa ya Efeso.

Ekkanisa ya Efeso yafuba okutambulira mu Mazima

Okusooka, Mukama yabatendereza olw'okuguma ne batambulira mu mazima. Omusumba n'abakkiriza ab'ekkanisa ya Efeso baafuba nnyo okutambulira mu kigambo kya Katonda, nga begyako kimu ku kimu ku bitaali bituufu, okusinziira ku mazima.

Mu kigambo kya Katonda, okutwaliza awamu mu beeramu ebiragiro bya mirundi ena: okukolanga, Obutakolanga, okukuuma, n'okusula eri ebintu ebimu. Eky'okulabirako, waliyo ebintu nga, 'Okwagala,' 'Okusonyiwa,' 'Obutabeeranga na buggya,' 'Okukuumanga olunaku olwa Ssabbiiti,' 'Okweggyako buli kika kya bubi,' n'ebirala. Okusobola okuteeka ebigambo byonna eby'amazima mu nkola, twetaaga obugumiikiriza.

Eky'okulabirako, Ekigambo kya Katonda kitulagira okujjukiranga olunaku olwa ssabbiiiti era tulukuumenga nga lutukuvu. Kale, ku nnaku eza Sande tulina okugendanga ku kanisa okusaba n'okutendereza Katonda mu mwoyo ne mu mazima. Ebinyumu eby'ensi, okugula ebintu n'okutunda n'okukola bizinensi tebikkirizibwa. Okusobola okukuuma ekigambo ekitugamba okusaba obutalekaayo, tulina okunyiikira okusaba.

Naye leero, ekkanisa mmeka eziyinza okutenderezebwa olw'okukuumanga ekigambo kya Katonda? Abaebbulaniya 10:24-25 wagamba, "Era tulowoozaganenga fekka na ffekka okukubirizanga okwagala n'ebikolwa ebirungi, obutalekanga kukung'ana wamu, ng'abalala bwe bayisa, naye nga tubuulirira, era nga tweyongeranga okukola ebyo bwe tutyo, nga bwe mulaba olunaku luli nga lunaatera okutuuka." Naye olw'okwagala okutambulira mu bulamu obw'ekikristaayo obutiitiibya, enkung'ana ez'ekika ekyo zigenda ziggwaawo mu kanisa nnyingi.

Abaebbulaniya 12:4 wagamba, "Temunnawakana okutuusa ku musaayi nga mulwana n'ekibi." Watugamba okulwanyisa ekibi okutuuka ku ssa ery'okuyiwa omusaayi. 1 Abakkolinso 4:2 wagamba, "Era wano kigwanira abawanika, omuntu okulabikanga nga mwesigwa." Okubikkulirwa 2:10 wagamba,

"Beeranga mwesigwa okutuusa okufa."
Okweggyako ebibi n'obubi mu mitima gyaffe, tulina okulwana okutuuka ne ku ssa ery'okuyiwa omusaayi. Okubeera abeesigwa mu buvunaanyizibwa bwaffe okutuuka okufa, era ng'ekyo kitwetaaza okubeera abagumu era abagumiikiriza. Wadde ffe tuyinza okulowooza nti tufuba nnyo okulwanyisa ekibi era nti tuli beesigwa, tetulina kwematiza nga tulowooza nti, "Eno yonna nze ntuuseeyo."

2 Abakkolinso 10:18 wagamba, "Kubanga eyeetendereza yekka si ye asiimibwa, Wabula Mukama waffe gw'atendereza." Tulina okutenderezebwa Mukama. Wabula tekitegeeza nti tweggyako obubi ne tubeera abeesigwa tusobole okutenderezebwa. Ne bwe tumala okukola obulungi obusingayo, tulina okwogera nti tukoze ekitugwanidde okukola. Tulina okubeera n'omutima ogw'omuddu atasaanira (Lukka 17:10).

Olwo lwokka lwe tuyinza okufuuka ekkanisa n'abakkiriza abo Mukama bayinza okutendereza. Olwokuba Ekkanisa ya Efeso yafuba nnyo okutambulira mu mazima n'okugumiikiriza Mukama kye yava abatendereza ng'agamba, "Mmanyi ebikolwa byo, n'okufuba kwo n'okugumiikiriza kwo" (olu. 2).

Ekkanisa ya Efeso Teyagumiikirizanga Babi

Eky'okubiri, Mukama yatendereza ba memba b'ekkanisa ya Efeso olw'okuba baali tebagumiikiriza babi. Abamu bayinza okutegeera obubi ekigambo kya Katonda ne bagamba, "Ekkanisa erina okwagala buli muntu, kale tulina okukkiriza n'abo abakola obubi."

Kituufu, mu Mukama, tulina okusonyiwa emirundi nsanvu emirundi musanvu era tugumiikirize abantu abalala okutuuka lwe bakyuka. Naye tekitegeeza nti tulina okumala galeka abagwa mu kufa olw'ebibi. Abaana bwe bakyama, abazadde baabwe bwe babeera babagala, tebajja kubeeranga nga babasonyiwa. Tebalina kuteeka wansi muggo b'onoone omwana, naye batereeza omwana bwe kiba kyetaagisa. Kye kimu ne mu Mukama. Mu Katonda temuli kizikiza kyonna, era Ye mutukuvu. Takkiriza kintu kyonna kibi.

1 Bakkolinso 5:11-13 wagamba, "Naye kaakano, Mbawandiikira obuteegattanga naye, omuntu yenna ayitibwa ow'oluganga bw'aba nga mwenzi, oba mwegombi, oba asinza ebifaananyi, oba muvumi, oba mutamiivu, oba munyazi, ali bwatyo n'okulya temulyanga naye. Kubanga nfaayo ki okusalira omusango abali ebweru? Mmwe temusalira musango ba munju? Naye ab'ebweru Katonda ye abasalira omusango. Omubbi oyo mumuggye mu mmwe."

Tetulina kutegeera bubi bigambo bino. Tekitegeeza nti tulina okweggya ku batakkiriza oba okwesuula abaakakkiriza. Wabula, omuntu alina ekitiibwa ky'obwa dinkoni oba eky'obukadde bw'ekkanisa era alina okubeera n'okukkiriza ng'akola ebibi ng'ebyo, tetulina kukolagana nabo, wabula okubaggya mu kanisa. Yesu yatugamba tusonyiwe emirundi nsanvu emirundi musanvu (Matayo 18:22), naye ate lwaki Atugamba nti abantu ab'ekika kino tetubasonyiwa era tubaggye mu massekati gaffe? Mukama ajjudde okwagala. Wadde omuntu ayonoonye, bwe yeenenya era n'akyuka okuva mu bubi bwe, Mukama ajja kumukwatirwa ekisa era amusonyiwe.

Naye omuntu bwatakyuka wadde ng'akimanyi nti ali mu kibi, kitegeeza nti alina omutima omukakanyavu ennyo. Ajja kwongera okufuna emirimu okuva eri Setaani era ayongere okukola obubi obulala bungi. Era ekivaamu ajja kuleetera ekkanisa obuzibu bungi.

Ekkanisa kye kifo gye balokolera emmeeme era ne bagaziya obwakabaka bwa Katonda okusinziira ku kwagala Kwe. Naye olw'abantu bano, obwakabaka bwa Katonda bulemesebwa. Bwe tumala galeka abantu bano ne bakola nga bwe baagala, kijja kubuna mu kanisa yonna era ky'onoone abantu abalala nga bw'olaba ekizimbulukusa mu mugaati. Eyo yensonga lwaki Mukama atugamba okweggyako abantu abo mu massekati gaffe. Naye tekitegeeza nti tulina okubagoberawo nga baakakola ekibi.

Engeri Y'okuwabulamu Ow'oluganda Ayonoonye

Matayo 18:15-17 watugamba nti, "Muganda wo bw'akukola obubi, genda, omubuulire ggwe naye mwekka, bwakuwulira ng'ofunye muganda wo, naye bw'atawulira, twala omulala naawe oba babiri, era mu kamwa k'abajulirwa ababiri oba abasatu buli kigambo kikakate. Era bw'agaana okuwulira abo, buulira ekkanisa, era bw'agaana okuwulira n'ekkanisa, abeera gy'oli nga munnaggwanga era omuwooza."

Ow'oluganda mu kukkiriza bw'aba alina ekibi kyakoze, tetulina ku kitambuza mu balala, wabula tulina okumuwabula n'omutima ogw'okwagala. Bw'akyusa n'akivaako essaawa eyo, tajja kuzikirira, era kitegeeza nti aba ajja kulokolebwa. Naye bw'atawuliriza, olwo tuba tusobola okugambako abantu nga babiri abakulu mu kanisa bamuwe ku magezi.

Era bw'alemererwa okuwuliriza, olw'okwagala okukuuma enkola ennungi, Tulina okumanyisa abasumba abasingayo waggulu mu kitiibwa. Olwo nno balina okukozesa ekigambo kya Katonda okumuwabula, oba bwe kibeera kyetaagisa, bamunenya asobole okuva mu kibi. Era bw'aba aky'agaanyi okuwuliriza, olwo Katonda atugamba tumuyise nga bwe tulina okuyisa munnamawanga oba omuwooza. Bwakkirizibwa okugenda mu maaso nga tagambiddwako, ajja kuleetera abalala mu kanisa okwonoona, ekireetawo embeera enzibu ennyo mu kanisa.

Tekiri bwe kityo lwakuba Katonda talina kwagala nti Atugamba tuleme kugumiikiriza bantu abatambulira mu bubi mu kanisa. Kiriwo ku lwa bulungi bw'emyoyo emingi n'okufuula ekkanisa entukuvu. Ekkanisa yagulibwa musaayi gwa Mukama era ekkanisa gwe mubiri gwa Kristo.

Ekintu kye tutalina kwerabira kwe kuba nti amagezi getuwa ab'oluganda mu kukkiriza tegajja kuba na mugaso singa ffe bennyini tetutambulira mu mazima. Bwe tutatambulira mu mazima, wabula ne tuwa buwi baganda baffe magezi nga tugamba nti, "Ow'oluganda, Katonda akyawa ebibi. Ssanyuka bulijjo, ssaba obutalekaayo, era weebaze," ebivaamu biyinza obutaba birungi.

Yesu yagamba mu Matayo 7:3-5, "Ekikutunuuliza ki akantu akali ku liiso lya muganda wo, naye n'otofaayo ku njaliiro eri ku liiso lyo ggwe? Oba olimugamba otya muganda wo nti, 'Leka nkuggyeko akantu akali ku liiso lyo, naye laba, enjaliiro ekyali ku liiso lyo ggwe? Munnanfuusi ggwe, sooka oggyeko enjaliiro ku liiso lyo ggwe, olyoke olabe bulungi okuggyako akantu ku liiso lya muganda wo."

Nga tetunawa muntu yenna magezi gonna tulina okusooka okweggyako obubi bwaffe ne tuba nga tetulina gatali mazima gonna mu ffe. Olwo lwokka lwe tulina okuwa omuntu omulala amagezi. Bwe tutuukiriza obukwakkulizo buno olwo tusobola okuwabula abalala mu ngeri etajja kubawuliza bubi era tabajja kukutegeera bubi. Okuwabula kulina kutwalibwa n'essanyu.

Mu 1 Peetero 1:16 Katonda yatulagira okubeera abatukuvu kubanga Naye mutukuvu. Tulina ensonga ennungi ennyo lwaki tulina okubeera abatukuvu. Katonda yawaayo Omwana we omu yekka, Yesu Kristo, ng'ekiweebwayo ekitangirira okutununula mu bibi. Era n'abakkiriza abawadde Omwoyo Omutukuvu basobole okweggyako obubi era tutambulire mu kitangaala. Olwo, Katonda ayinza atya okuganya obubi mu kanisa nga guno gwe mubiri gwa Kristo?

Naye nga ekiriwo kye nnyini waliwo ekkanisa nnyingi

leero ezitajja kunenya oba okufuga obubi obugenda mu maaso mu kanisa. Tebakifaako oba bakigumiikiriza. Abantu mu kanisa batya nti bwe banaawabula ba memba b'ekkanisa oba okubanenyaako nga boogera ku bibi bye bakola, bayinza okuva mu kanisa. Abamu balina n'okwagala okw'omu mubiri n'okusaasira okw'abantu ababi. Era abalala bekkiriranya n'obuggagga saako obuyinza olwo ne bagumiikiriza ababi mu kanisa.

Naye ng'obuvunaanyizibwa bw'ekkanisa bwe buliwa? Kwe kusomesa abaana ba Katonda okutambulira mu mazima n'okuleeta emmeeme nnyingi nga bwe kisoboka mu bwakabaka obw'omu ggulu. Abasumba n'abakulembeze balina okulabulira ddala abakristaayo ebintu ebibi mu maaso ga Katonda era ebitwala abakkiriza mu kufa, basobole okuva mu bibi byabwe. Balina okuzzaamu ba memba b'ekkanisa amaanyi n'okubawabula n'okwagala basobole okusuula eri ebibi era batambulire mu bulamu obulongoofu.

Ekkanisa ya Efeso Yakemanga n'Okwanika Abatume Ab'obulimba

Eky'okusatu, ba memba mu kanisa ya Efeso baatenderezebwa olw'okukemanga n'okwanika abo abeeyitanga abatume kyokka nga si bo. Wano, 'abatume' babeera teboogera ku batume ba Yesu ekkumi n'ababiri oba omutume Pawulo. Kye kigambo ekikozesebwa okutegeeza abo bonna abaalina ebitiibwa n'obuvunaanyizibwa mu kanisa.

Mu kanisa ze nnaku zino, mulimu ebitiibwa bingi omuli abaweereza, abakadde, ne badinkoni abakulu. Wadde balina okukkiriza oba nedda, olw'okuba babadde mu kanisa okumala ekiseera ekinene, abamu ku bo bamala gafuna kitiibwa okuva mu kanisa. Ne bwe tufuna ebitiibwa bingi n'obuvunaanyizibwa, Katonda bwatatusiima, kibeera tekirina mugaso.

Wadde twafuna ebitiibwa mu kanisa olw'ebbanga eddene lye tumazeemu oba olw'endabika yaffe ey'okungulu, Bwe tuba nga tetusiimibwa Katonda, tubeera batume abeeyita abatume, naye nga tetuli. Olwo, kitegeeza ki nti, ab'ekkanisa ya Efeso, baagezesanga abo abeeyita abatume kyokka nga si batume, era ne babazuula nti batume babulimba?

Eky'okulabirako, katugambe omusumba asomesa ba memba okwegyako ebibi byabwe n'obujeemu era batambulire mu kigambo kya Katonda. Ba memba abo abalina okukkiriza bajja kutwala ekigambo ekyo ne 'Amiina' era bakigondere. Tusanga mu Abaebbulaniya 4:12 Kubanga ekigambo kya Katonda kiramu, era kikozi, era kisala okusinga buli kitala kyonna eky'obwogi obubiri, era kiyitamu n'okwawula ne kyawula obulamu n'omwoyo, ennyingo n'obusomyo, era kyangu okwawula okulowooza n'okufumiitiriza okw'omu mutima, basobola okutegeera   ekitali kituufu okusinziira ku mazima, ne beenenya era ne bakyuka okukivaako.

Naye abo abakakanyaza emitima gyabwe tebajja kukyuka ne bwe baba nga bawuliriza ekigambo kya Katonda. Wabula, bwe bategeera nti obubi bwabwe bujja kwanikibwa, balimba ba memba b'ekanisa abalala, ne batandika okwogera obubi ku kanisa n'omusumba, era ne bava mu kanisa. Bwe butyo obulimba bw'abo abeeyita abatume naye nga si bo bwanikibwa.

Ne mu basumba bennyini, mulimu abo abeeyita abatume naye nga si bo. Ng'abasumba, basalira ekkanisa endala oba abasumba abalala emisango nga bakozesa ekigambo kya Katonda. N'abo bennyini abakulembera ekisibo bafuuse bazibe era nga bakitwala mu kkubo eritali ttuufu. Bwe kityo bwe kyali ne ku bakabona omukulu, Abafalisaayo, n'abasomi bamateeka.

Mu Matayo essuula 23, Yesu yabayita 'bazibe b'amaaso,' era n'abanenya ng'agamba, "Bwe mutyo nammwe, kungulu mulabika mu bantu nga muli batuukirivu , naye munda mujjudde obunnanfuusi n'obujeemu" (olu. 28).

Katonda olumu aganya ebigezo okubaawo mu kanisa okwanika obulimba obw'ekika kino. Mu bigezo bino, ekkanisa eyinza okusisinkana okuyigganyizibwa okw'amaanyi n'ebizibu bingi.

Eky'okulabirako, Stefano bwe yayogera ku bibi n'obujeemu bw'abantu ababi, emitima gyabwe gyafuuka mikaawu era ne bakuba Stefano amayinja okutuuka lwe yafa. Mu ngeri y'emu, abantu ababi, ebibi byabwe bwe bisongebwako oba kye bali kye nnyini bwe kyanikibwa, kigyayo obubi obubalimu. Kale Katonda bw'aganya ebigezo okwanika abo abeeyita abatume naye nga si bo, abo abalina okukkiriza okunafu n'abo basobola okuva mu kukkiriza kwabwe.

Naye abo abalina okukkiriza okutuufu, okukkiriza kwabwe tekujja kunyeenyezebwa mu mbeera yonna. Nga wansi we wajja okuguma oluvannyuma lw'enkuba, okukkiriza kwabwe kujja kwongera okunywera n'obulungi obusingawo okuyita mu bigezo. Era, bwe bayita ebigezo, tajja kuba muntu omu oyo yekka nti yanaafuna emikisa, wabula n'ekanisa yonna ejja kufuna emikisa gya Katonda.

Ekkanisa ya Efeso Teyakoowa Kugumiikiriza n'Okuguma Olw'erinnya lya Mukama

Eky'okuna, Mukama yatendereza Ekkanisa ya Efeso olw'okuba baagumiikiriza n'okuguma olw'erinnya lya Mukama ne batakoowa. Bwe tuwuliriza ekigambo kya Katonda, bwe tuba nga tusobola okuzuula ebibi byaffe okuyita mu bubaka, tulina okwenenya, tukyuke okubivaako era tutambulire mu kigambo kya Katonda.

Naye olumu, ebibi byabwe bwe byogerwako bwe baba nga bawuliriza ekigambo kya Katonda, waakiri basalawo okuggala amatu gaabwe ne batondawo embeera ey'okugezesebwa. Naye omusumba omulungi ajja kugumira n'abantu ab'ekika kino. Ajja kusaba mu maziga, era, abaanirize n'okwagala, ajja kugenda mu maaso n'okusomesa n'ekigambo eky'obulamu abantu bano baleme okugwa mu kkubo ery'okufa.

Musa nalinnya waggulu ku lusozi yekka, n'asiiba okumala

ennaku 40, okusobola okufuna Amateeka Ekkumi okuva eri Katonda. Kyokka eno, abaana ba Isiraeri baali mu kwekolera katonda waabwe era ne bamusinza. Kyali ekibi ekinene ennyo. Katonda yanyiiga nnyo era yali agenda kuzikiriza Abaisiraeri bonna. Naye Musa n'asaba mu maziga n'okwegayirira ku lwabwe. (Okuva 32:31-32).

Omutume Pawulo yakubibwa n'asibibwa mu kkomera bwe yali abuulira enjiri. Yabonaabona nnyo, naye yawangula buli kimu ng'aguma n'okugumiikiriza olwa Yesu Kristo. Omusumba w'eEkkanisa ya Efeso naye yaguma nnyo n'okugumiikiriza olw'erinnya lya Mukama era teyakoowa, bwatyo Mukama yamutendereza.

Omusumba bwakoowa era n'anafuwa, tajja kusaba. Kati awo abeera tasobola kukuuma kisibo kye mu lutalo olw'omwoyo okuva ku mulabe setaani. Abeera tasobola na kukomyawo ndiga zabula.

Okujjako ng'omusumba munyiikivu lwasobola okulabirira ekisibo kye era n'atuukiriza obuvunaanyizibwa bwe. Ne leero, okufuna okutenderezebwa okuva eri Mukama, ekkanisa n'omusumba balina kweyisa mu ngeri eno.

Naddala, mu biro bino eby'oluvannyuma ng'ensi ejjudde ekibi, okuguma n'obugumiikiriza byetaagibwa nnyo okusobola okukulembera ekisibo eri obwakabaka obw'omu ggulu. Wadde tusomesa amazima era ne tulaga obubonero obuyinza okusinziirwako okukkiriza, tusobola okulaba emmeeme ezimu ezikyakwana ensi era nga zitambulira mu kizikiza. Wadde guli bwe gutyo, tulina okuzisabira mu maziga ag'okuzikungubagira. Tulina okubeera obulindaala bulijjo okulabirira emmeeme. Tulina okuzirabirira n'okwagala kungi, nga tetukoowa wadde okunafuwa.

Leero, ne mubakkiriza, mulimu abantu abajungulula amazima. Mu ngeri y'okuwoza nti bagezaako okutegeera n'okugenda n'omulembe, bekkiriranya n'engeri ensi gyetambulamu. Kale waliyo ebintu bingi nnyo bye tulina okugumira olw'erinnya lya Mukama. Bwe tuba n'okukkiriza okutuufu mu Mukama, tujja kugumiikiriza mu ssanyu n'okwebaza mu kigezo n'okugezesebwa okwa buli kika. Tetujja kukoowa, wabula okufubanga okusaba n'okutuukiriza obuvunaanyizibwa bwaffe.

Okunenya kwa Mukama Eri Ekanisa ya Efeso

Naye nnina ensonga ku ggwe, kubanga waleka okwagala kwo okw'olubereberye. Kale jjukira gye wagwa, weenenye, okolenga ebikolwa eby'olubereberye bw'otalikola bw'otyo, njija gyoli, era ndiggyawo ettabaaza yo mu kifo kyayo, bw'otalyenenya. (Okubikkulirwa 2:4-5).

Ekkanisa ya Efeso yatenderezebwa olw'okuguma n'okutuyaana nga balwanirira amazima, nga tebagumiikiriza bantu babi, nga baanika abatume ab'obulimba, nga baguma olw'erinnya lya Mukama era ne batakoowa mu kufuba kwabwe. Kyokka, Ekkanisa ya Efeso nayo yalina ebintu bye baaginenyeza.

Ekkanisa ya Efeso Yaleka Okwagala Okw'olubereberye

Efeso yafuna okusiimibwa okuva eri Mukama, naye ate oluvannyuma baalabulwa mu ngeri enkambwe nti Mukama yali wakuggyawo ettabaaza yaabwe mu kifo kyayo. Kiri bw'ekityo lwakuba baaleka okwagala okw'olubereberye era ne balekayo okukola ebikolwa eby'olubereberye. Ensonga yali ki eyaviirako Ekkanisa ya Efeso okunenyezebwa mu ngeri eno?

Yokaana 14:21 wagamba, "Alina ebiragiro Byange, n'abikwata, oyo nga ye anjagala, anjagala anaayagalibwanga Kitange, nange nnaamwagalanga, nnaamulabikiranga." 1 Yokaana 5:3 wagamba, "Kubanga kuno kwe kwagala kwa Katonda ffe okukwatanga ebiragiro Bye; era ebiragiro Bye tebizitowa."

Omusumba ne ba memba b'ekkanisa ya Efeso baayagala Katonda era ne balwanisa ebibi era ne babyegyako mu ntandikwa. Baagezaako okutambulira mu kigambo kya Katonda. Baatuyana era ne bawangula mu ssanyu n'okwebaza, naye ekiseera bwe kyayitawo, ne bagwa wala ddala okuva ku mazima. Ekiseera kyatuuka, ne baleka okwagala kwabwe okw'olubereberye. Tebagezaako kukung'ana wamu era ne balekayo n'okusaba. Tebagezaako kutambulira mu mazima nate wabula ne baddayo mu nsi.

Abantu bangi, bwe basooka okusisinkana Katonda era ne bafuna Omwoyo Omutukuvu, bajjula essanyu eritagambika ery'obujjuvu bw'Omwoyo Omutukuvu. Bakung'ana mu buli kusaba ne mu buli lukang'ana lwonna, nga bagezaako nnyo obutalekaayo kusaba. Era, olw'okuba bakkiririza mu kubeerayo kwe ggulu ne ggeyeena, babuulira enjiri eri baganda baabwe, ab'eng'anda zaabwe, n'ab'omulirwano. Bawulira nga basanyufu bwe bakung'anira awamu n'ab'oluganda mu kukkiriza. Balindirira olunaku olwa Sande era ne beesunga okuwulira ekigambo kya Katonda.

Naye ekiseera kituuka, nga obujjuvu bw'okwagala okw'olubereberye bugenda buwola, ne bwe bagenda okusaba, tebasobola kusinza mu mwoyo ne mu mazima. Babeerawo bubeezi mu kanisa olw'okuba bawulira nti kibakakatako. Si mu kanisa mwokka, naye ne mu kiseera eky'okusaba, basumagira. Tebabeera n'amaanyi kulwanyisa kibi n'okukyeggyako, kale bekkiriranya n'ensi era ne baddugazibwa ebibi.

Okukkiriza kwaffe kuli kutya essaawa eno? Lwaki tetulowooza ku mpulira gye twawuliramu mu kwagala kwaffe okw'olubererye, bwe twasooka okufuna Omwoyo Omutukuvu era omutima gwaffe gwajjuzibwa essanyu eritagambika. Nga tulowooza ku kika ky'omutima gwe twalina mu kusooka, bameka kuffe abayinza okwogera nga bakakafu nti okwagala kwaffe okw'olubereberye tekwawola oba tekwakyuka? Tetwalowooza nti kyajja kyokka ffe okuleka okwagala kwaffe okw'olubereberye?

Kyokka eky'okufiirwa okwagala okw'olubereberye Mukama akinenyeza. Era, Atugamba, "Okujjukiranga gye twagwa, twenenye, tukolenga ebikolwa eby'olubereberye" (olu. 5). Tulina okutegeera ekiseera lwe twatandika okulekayo okufuba kwaffe kwe twatandika nakwo. Tulina okwenenya era tukyuke okubivaamu tusobole okuddamu okukola ebikolwa eby'olubereberye, n'okuyaayaana okw'olubereberye n'obujjuvu bye twalina olubereberye.

Ensonga Etuviirako Okulekayo Okwagala Okw'olubereberye

Omusajja n'omukazi bagalana nnyo, era ne bafuuka omuntu omu mu bufumbo. Naye ekiseera bwe kigenda kiyitawo, bakyusa endowooza yaabwe, kwe kugamba balekayo okwagala kwabwe okw'olubereberye. Singa bakuuma okwagala kwe baalina olubereberye, omukwano gwabwe gwandisigadde nga mulungi ekiseera kyonna, era tewandibadde kizibu kyonna.

Kye kimu n'okwagala kwaffe eri Katonda ne Mukama. Abamu bagamba nti bagudde mu bigezo olw'ebikolwa by'ab'oluganda mu kukkiriza abalala. Abalala bagamba nti batandika okwosa mu kusaba okwa sande kubanga baali bagala okubaako akasente ke bafuna, era nga bwe kiri ekizibu okukuuma olunaku lwa Mukama nga lutukuvu. Era n'abalala ne bagamba nti ekizibu kyabwe yali musumba, oba nti baagwa mu bigezo olw'okuba baabuusabuusa obubaka obwali bubuulirwa.

Naye nga ensonga esingayo obukulu lwaki tulekayo okwagala okw'olubereberye kwe kuba nti tuddamu okuyingiza agatali mazima ge twali twegyeeko. Wadde nga kati tujjudde Omwoyo, bwe tuddamu okutunula eri ensi era ne tuddamu okusembeze ebintu eby'ensi, tusobola okugwa mu nsi nate.

Temwagalanga nsi newakubadde ebiri mu nsi. Omuntu yenna bw'ayagalanga ensi, okwagala kwa Kitaffe tekuba mu ye. Kubanga buli ekiri mu nsi, okwegomba kw'omubiri, n'okwegomba kw'amaaso, n'okwegulumiza kw'obulamu okutaliimu, tebiva eri Kitaffe, naye biva eri ensi (1 Yokaana 2:15-16).

Omuntu ayinza okuba ng'abadde anyiikira okukomola omutima gwe n'obujjuvu bw'okwagala okw'olubereberye, naye bwe wayitawo emyaka nga gigyo, ayinza okwesanga ng'asigadde mu mbeere y'emu era nga talina kye yeeyongeddeko mu mwoyo. Ebigezo bye bimu bitera okuweebwa okusobola okuwangula, oba omuntu asobola okulaba ekika ky'obubi kye kimu ekikomawo kye yalowooza nti yali akyegyeeko.

Awo, omutima guyinza okuwulira nga gunyiikadde oba okubonaabona, era ayinza n'okulowooza nti yeetaaga okuwummulamu mu kufuba okwo. Okuwumula ayinza n'okukunoonyeza mu bintu eby'ensi eno. Ayinza okulowooza nti ayagala kuwummulamu katono nnyo, naye bwagenda atwalirizibwa enkola z'ensi emirundi nga gigyo, asobola okugwira ddala naddayo mu mbeera z'ensi.

"Ndiggyawo Ettabaaza yo mu Kifo Kyayo"

Ensonga ez'omwoyo tezisobola kugonjoolwa mu ngeri ya nsi. Okukkiriza kw'omuntu bwe kukendeera era ne kulekerawo, alina okukizuula nti engeri y'okugonjoolamu ekizibu kino erina kuba ya mwoyo. Alina okunyikira ennyo okusaba mu maaso ga Katonda, n'assa wansi ekisa n'amaanyi okuva waggulu, era afune okuyambibwa okw'Omwoyo Omutukuvu.

Okusobola okukola ekyo, tulina okujjukira we twatandikira okuwaba, twenenye, era tukyuke. Tulina okumenya ekisenge ky'ekibi ekyatondebwawo olw'okuva ku kwagala okw'olubereberye n'okulekayo ebikolwa eby'olubereberye. Olwo lwokka lwe tujja okusobola okufuna amaanyi n'ekisa okuddamu okudduka. Tetulina kwenenya bwenenya kyokka, wabula tulina okuyuzaayuza omutima gwaffe mu kwenenya.

'Katonda Kitaffe awaddeyo omwana We omu yekka ku lwange. Mukama yetikka omusaalaba ku lwange era n'ayita mu kubonaabona okungi n'okusekererwa okusobola okundaga okwagala Kwe. Nnyinza ntya okulekayo okwagala Kwe n'ekisa Kye?'

Okwenenya okw'ekika kino kuvudde ku ntobo y'emitima gyaffe era tulina okubeera n'ekibala eky'okwenenya. Tulina okujjula Omwoyo era tukomyewo obulamu bw'Ekikristaayo obunyiikivu bwe twatambulirangamu edda.

Mukama anenya Ekkanisa ye Efeso eyava ku kwagala okw'olubereberye era n'abagamba beenenye. Ekitali ekyo, Mukama ajja kugyawo ettabaaza yaabwe mu kifo kyayo. Ettabaaza wano etegeeza ekkanisa, era ebigambo bino birina amakulu ga mirundi ebiri.

Agasooka, 'Okuggyawo ettabaaza mu kifo kyayo' kitegeeza nti Mukama ajja kugyawo Omwoyo Omutukuvu okuva mu buli mutima gwa muntu .

1 Abakkolinso 3:16 wagamba, "Temumanyi nga muli yeekaalu ya Katonda, era Omwoyo gwa Katonda abeera mu mmwe?"
Omubiri gwaffe ye yeekaalu ya Katonda entukuvu. 'Okuggyawo ettabaaza' kitegeeza okuggyawo ekkanisa, omubiri gwa Mukama. Kale kitegeeza nti Mukama ajja kuggyawo Omwoyo Omutukuvu oyo atuula munda mu mitima gyaffe.

1 Abasessaloniika 5:19 wagamba, "Temuzikizanga Mwoyo," ne mu 1 Bakkolinso 3:17 nawo wagamba, "Omuntu yenna bw'azikirizanga yeekaalu ya Katonda, Katonda alimuzikiriza oyo, kubanga yeekaalu ya Katonda ntukuvu, ye mmwe." Katonda agamba ajja kuzikiriza omuntu, singa omuntu oyo anaaba azikiriza yeekaalu ya Katonda. Kino kitegeeza nti singa Katonda atuggyako Omwoyo Omutukuvu, tuba tetukyasobola kubeera yeekaalu ya Katonda entukuvu.

Nga tumaze okufuna Omwoyo Omutukuvu, bwe tuleka okwagala kwaffe okw'olubereberye era ne tutambulira mu bibi nga tukwana ensi, Omwoyo Omutukuvu tasobola kutwala mutima gwaffe nga yeekaalu entukuvu wadde okubeera mu ffe. Bwe twenenya era ne tukyuka ng'omwoyo omutukuvu tannagwamu, Katonda atuwa ekisa Kye n'omukisa omulala. Naye bwe tuteenenya wadde okukyuka okubivaamu, era ne tuyita ne ku bwenkanya Bwe, Omwoyo Omutukuvu ajja kutugiwako.

Naye okutuuka ng'omuntu atuuse mu mbeera eno, Omwoyo Omutukuvu abeera akimujjukiza bulijjo. Olw'okukaaba kw'Omwoyo Omutukuvu aja kubeera tateredde, nga yeerariikirira, abeera n'okwerariikirira n'obunyiikavu mu mutima gwe. Era, okuyita mu kigambo kya Katonda, Katonda amuwa omukisa okwenenya. Naye bwateenenya era Omwoyo Omutukuvu n'amugibwako, olwo, waba tewakyali kya kukola, wabula Omwoyo Omutukuvu abeera takyalina bw'amuyamba. Olw'okuba amanyi eby'amazima, asobola okugezaako okukyuka, naye olw'okuba abeera takyasobola kufuna kuyambibwa okuva eri Omwoyo Omutukuvu, tasobola kwenenya.

Mu kifo ky'okwenenya, ajja kugezaako okwegumya mu mutima nga adda mu bintu eby'ensi. Omuntu bwatuuka ku ddaala lino, kimubeerera kizibu ye okukyuka. awatali kwewaayo okw'okwagala okussukuluma obwenkanya bwa Katonda, abeera takyalina kyakukola wabula okugwa mu kufa okw'olubeerera. N'olwekyo, abaana ba Katonda bonna abaafuna Omwoyo Omutukuvu tetulina kutuuka ku ssa lino.

Ag'okubiri, 'okuggyawo ettabaaza mu kifo kyayo' kitegeeza nti Mukama ajja kuggyawo Omwoyo Omutukuvu okuva mu kanisa.

Si bantu bokka wabula n'ekkanisa, okwagala okw'olubereberye bwe kuwola, emirimu gy'Omwoyo Omutukuvu givaawo n'okudda obuggya n'akwo ne kuvaawo.

Ku ntandikwa y'ekkanisa, basobola okukaabirira Katonda mu kusaba, naye bwe babaako webatuuse mu kudda obuggya, okufuba kwabwe kuwola. Babeera tabakyanyiikira kusaba. Na balekerawo okukung'ana. Nga tebakyafuba kusaasaanya njiri nga bwe baakolanga.

Emirimu gy'Omwoyo Omutukuvu bwe gigenda gisalwako mu kanisa, bagwa mu tulo otw'omwoyo. Emirimu gy'Omwoyo Omutukuvu bwe girekerawo, si kyangu okukomyawo ekyoto ky'okusaba n'okukomyawo obujjuvu bw'Omwoyo Omutukuvu nate. Engeri ekkanisa gy'eba yalekayo okwagala kwayo okw'olubereberye, era Katonda n'aggyawo ettabaaza mu kifo kyayo, Omwoyo Omutukuvu abeera takyakola nate.

Omwoyo Omutukuvu bw'abeera takyakola nate mu kanisa, Setaani atandika okukola ng'aleetawo okwekutulamu n'okuyombagana. Embeera eyinza n'okutuuka ku ssa ly'ekkanisa emu okusaanawo. Wadde embeera eyinza obutaba mbi ng'eno, naye Omwoyo Omutukuvu bw'abeera takyakola mu kanisa emu, kitegeeza nti ekkanisa yava dda ku buvunaanyizibwa bwayo.

N'olwekyo, ffe abakkiriza abaliwo mu biro bino eby'oluvannyuma tulina okujjukiranga olunyiriri mu 1 Peetero 4:7 awagamba nti, "Naye enkomerero ya byonna eri kumpi, kale mwegenderezenga mutamiirukukenga olw'okusaba." Tulina okuba nga tutunula ebbanga lyonna. Bwe tuba twafiirwa okwagala kwaffe okw'olubereberye, tulina okwenenya amangu era tukyuke okubivaamu Katonda aleme okuggyawo ettabaaza mu kifo kyayo.

Okuwabula n'Emikisa ebya Mukama ebyaweebwa Ekkanisa ya Efeso

Naye kino ky'olina kubanga okyawa ebikolwa by'Abanikolayiti, nange byenkyawa. Alina okutu, awulire Omwoyo ky'agamba ekkanisa. Awangula ndimuwa okulya ku muti ogw'obulamu, oguli wakati mu Lusuku lwa Katonda (Okubikkulirwa 2:6-7).

Nga Mukama amaze okutendereza n'okunenya Ekkanisa y'e Efeso, Yali akyalina okusiima okulala eri ekkanisa, era nga gano ge magezi ga Katonda. Okunenya Mukama kwe yakola eri omusumba ne ba memba b'ekkanisa y'e Efeso ku kufiirwa okwagala kwabwe okw'olubereberye, tekwali kunenya kutono.

'Okuggyawo ettabaaza mu kifo kyayo' kitegeeza amanya gaabwe gajja kusangulwa mu kitabo ky'obulamu eky'omu ggulu, era nga tebajja kulokolebwa. Era, bwe kiba ku kanisa, kitegeeza nti ekkanisa tejja kukola mulimu gwayo ng'omubiri gwa Kristo, kubanga emirimu gy'Omwoyo Omutukuvu gyali gyalekerawo mu kanisa eyo.

Nga bateekwa okuba nga baatya bwe baawulira ebigambo bino! Omukkiriza bw'ajja okubudaabudibwa n'agambibwa nti, "Katonda agenda kukugyako Omwoyo Omutukuvu era tojja kusobola kulokolebwa," awo, omukkiriza ayinza okuzirika olw'okutya.

Bwe kityo bwe kyali ne ku Kanisa ya Efeso. Kale, nga Mukama amaze okunenya omusumba mu bukambwe ne ba memba b'ekkanisa ya Efeso, Yabaterekerayo okusiimibwa kumu baleme okuggwamu amaanyi ag'omu mutima, wabula beenenye era basigale nga bakola ku kukkiriza kwabwe. Kwe kuba nti Ekkanisa y'e Efeso yakyawa ebikolwa by'Abanikolayiti.

Ekkanisa ya Efeso Yakyawa Ebikolwa by'Abanikolayiti

Abanikolayiti kyali ekibinja ekyatandikibwawo Nikolayiti, omu ku badinkoni omusanvu mu kanisa ezaasookawo. Ekkanisa eyasookawo bwe yali ekulira ku misinde egya waggulu (Ebikolwa 6:7), baalonda aba dinkoini babeere nga beebavunaanyizibwa ku kuddukanya emirimu gy'ekkanisa, abatume basobole okuteeka amaanyi gaabwe gonna ku kigambo kya Katonda n'okusaba.

Ekkumi n'ababiri ne bayita ekibiina ky'abayigirizwa, ne bagamba nti tekiwooma ffe okulekanga ekigambo kya Katonda okuweerezanga ku mmeeza. Kale ab'oluganda, mulonde abantu mu mmwe abasiimibwa musanvu, abajjudde Omwoyo Omutukuvu n'amagezi, be tunaateeka ku mulimu guno. naye ffe tunaanyiikiranga mu kusaba n'okuweereza ekigambo"(Ebikolwa 6:2-4).

Baalonda abantu musanvu aboogerwako obulungi, nga bajjudde Omwoyo n'amagezi, abo bebaalondebwa okutambuza emirimu mu kanisa. Omu ku bo ye yali Nikolayiti. Yatenderezebwa nnyo olw'okujjula okukkiriza n'Omwoyo Omutukuvu, wabula oluvannyuma yava ku mazima. Yayogera ekintu ekifaananako bwe kiti, "Omwoyo muyonjo, tegulina kibi kyonna, era mulongoofu. Abantu b'onoona kubanga emibiri gyabwe egirabibwa girina ebibi. Ekibi tekirina nkolagana yonna na mwoyo oguli munda mu bantu. N'olwekyo, Katonda bwayita omwoyo gwaffe, omubiri gujja kuddayo mu nfuufu, era n'olwekyo, omubiri ne bwe gukola bibi eby'enkana wa, omwoyo gwaffe gujja kulokolebwa."

Naye ekigambo kya Katonda kitugamba nti ne bwe tuba nga tukkiriza Yesu Kristo ng'Omulokozi waffe, bwe tugenda mu maaso n'okwonoona, Omwoyo Omutukuvu ajja kukalira. Bwe tukola ekibi ky'okuddamu okukomerera Mukama buto, tujja kuba tetusobola kwenenya.

Kubanga abo abamala okwakirwa ne balega ku kirabo eky'omu ggulu, ne bafuuka abassa ekimumu mu Mwoyo Omutukuvu, ne balega ku kigambo ekirungi ekya Katonda ne ku maanyi ag'emirembe egigenda okujja. ne bagwa okubivaamu, tekiyinzika bo okubazza obuggya olw'okwenenya, nga beekomerera bokka omulundi ogw'okubiri Omwana wa Katonda, ne bamukwasa ensonyi mu lwatu (Abaebbulaniya 6:4-6).

Endowooza ya Nikolayiti yali ekyusa ekigambo kya Katonda. Okutambulira mu kigambo kya Katonda, wateekwa okubaawo okutuyaana n'obugumiikiriza. Abanikolayiti baasomesanga nti bajja kulokolebwa ne bwe basigala nga b'onoona. Abantu abayagala ensi era nga batambulira mu kizikiza kyali kyangu okukemebwa. Ne bwe baali nga bagezaako okweggyako ebibi, bandibadde balimbibwa bwe batyo ne baddayo mu nsi nate.

Omuntu yenna bwasomesa enjigiriza ey'ekika kino n'abantu ne bagikkiririzaamu mu kanisa, ekkanisa tejja kumala bbanga nga teyonooneddwa na kibi. Leero, ekika ky'omulimu ogwonoona ekigambo kya Katonda okulimba abakkiriza gusobola okutwalibwa ng'ogutuukiriza ebikolwa by'aba Nikolayiti.

Omuntu ne bw'aba nga ali mu kifo kya waggulu oba ng'alina ekitiibwa mu kanisa era ng'ajjudde Omwoyo okutenderezebwa abangi, okutuusa ng'akyukidde ddala okufuuka ow'omwoyo asobola okufuna emirimu gya setaani n'ava ku mazima. N'olwekyo, Bulijjo tulina okubeera nga tutunula tuleme okugwa mu bigezo n'okukemebwa.

Naye tulina okuba abegendereza mu kintu kimu. Kituufu ffe okukyawa ekyo ekikontana n'okwagala kwa Katonda. Naye tulina okwawula n'ekigambo kya Katonda obulungi ennyo tuleme okutawanya Omwoyo Omutukuvu n'okwemanya kwaffe.

41

Kiri bw'ekityo lwakuba, bwe tukolokota n'okusalira ekkanisa n'omusumba omusango abo abogobererwa emirimu gy'Omwoyo Omutukuvu, tubeera tuzimba ekisenge ekinene ennyo wakati waffe ne Katonda.

Ekisuubizo kya Katonda Ekiweebwa Abo Abawangula

Nga tumaze okuwuliriza ekigambo, tetulina kukitereka buteresi ng'ebimu kw'ebyo ebintu bye tumanyi. Okusobola okuwangula, tulina okukisimba mu mitima gyaffe, ne tukiganya okumulisa, n'okumera ebibala n'obuyambi obw'Omwoyo Omutukuvu. Wano, okuwangula kitegeeza okukomyawo okwagala okw'olubereberye tuddemu okutambulira mu mazima.

Bwe tufuna Omwoyo Omutukuvu era ne tuwuliriza ekigambo kya Katonda, ne tukisimba ku mitima gyaffe era ne tukitambuliramu, tujja kuwangula ensi ejjudde ebibi. N'olwekyo, 'abo abawangula' kitegeeza abo abakomyawo okwagala okw'olubereberye. Mukama yasuubiza abantu bano nti, "Awangula ndimuwa okulya ku muti ogw'obulamu, oguli wakati mu Lusuku lwa Katonda."

Ekibala eky'oku muti ogw'obulamu tekisangibwa mu Lusuku lwa Katonda wokka wabula mu buli kifo kyonna eky'omu bwakabaka obw'omu ggulu omuli ne Yerusaalemi Empya, era lwaki Mukama yasuubiza nti ajja kubaganya okulya ku muti ogw'obulamu oguli mu lusuku lwa Katonda? Wano, 'okulya ku muti ogw'obulamu oguli mu lusuku lwa Katonda ' kirina amakulu ga mirundi ebiri.

Agasooka, kitegeeza nti bajja kugenda mu Lusuku lwa Katonda, ekifo ekisemba okuba ekya wansi mu bwakabaka obw'omu ggulu. Obwakabaka obw'omu ggulu bwawuddwamu ebifo eby'enjawulo eby'okubeeramu ebijja okuweebwa buli omu okusinziira ku kigera okukkiriza kyanaaba nakyo. Olusuku lwa Katonda kye kifo ekyaweebwa omu ku banyazi abeenenya eyali ku ludda lwa Yesu bwe yali ku musaalaba. Kubanga abakkiriza mu Kanisa ya Efeso baali baleseewo okwagala kwabwe okwasooka, bwe beenenya ne bakyuka okubivaako, baali bajja kuba ku ssa ery'okuyita ku lugwanyu okulokolebwa.

Naye wadde baali baaleka okwagala okw'olubereberye, singa bajjukira we baagwiira, ne beenenya, era ne basigala nga badduka olugendo lw'okukkiriza mu bunyiikivu, baali basobola n'okufuna ebifo eby'okubeeramu ebisingako mu ggulu. Naye singa baasigala ku ssa eryo ery'okukomyawo obukomya okwagala okw'olubereberye, bali bajja kukoma ku kufuna obulokozi obw'ekiswavu era bagende mu Lusuku lwa Katonda.

Amakulu ag'okubiri ag'olusuku lwa Katonda kwe kuba nti wano obwakabaka obw'omu ggulu bwonna buba bwogerwako. Obubaka buno tebwali bwa Kanisa ya Efeso yokka wabula bwali bwa kanisa zonna. Bwe tukomyawo okwagala okw'olubereberye era ne tugenda mu bwakabaka obw'omu ggulu, buli omu ku ffe asobola okulya ku muti ogw'obulamu.

Katonda Kwagala Ayagala Tukomyewo Okwagala Kwaffe Okw'olubereberye

Yesu Kristo y'omu leero, jjo, era lubeerera abeera y'omu, era Ayagala abaana ba Katonda n'okwagala Kwe okutakyukakyuka. Wabula wadde guli gutyo, abantu olumu balekerera okwagala kwa Mukama kuno nga beegomba okuyaayaana kwabwe n'emiganyulo, nga bagoberera okuyaayaana kw'omubiri okukyukakyuka. Okwagala kwabwe okw'olubereberye kukyuka.

Naye Katonda kwagala takyusa bwenyi bwe kubuggya ku bantu bano wadde okubasalira omusango bwe beenenya ne bakyuka okuddamu okufuna okwagala kwabwe okw'olubereberye n'ebikolwa byabwe eby'olubereberye. Tajjukira na bintu byayita, wabula ayagala n'omutima gwe gumu. Guno gwe mutima gwa Katonda.

Ekkanisa ya Efeso yasobola okufuna okutenderezebwa Mukama, kyokka baalina n'okunenyezebwa mu bukambwe nti Ajja kuggyawo ettabaaza mu kifo kyayo. Lwakuba baava ku kwagala kwabwe okw'olubereberye.

Naye nga ensonga yennyini lwaki Mukama yanenya Ekkanisa ya Efeso si yali yakubatiisa era abatwale mu kuzikirira. Wabula yali yakubajjukiza kwenenya era bakyuke okubivaamu. Kyali kigendereddwamu okubasobozesa okuwangula buli kimu basobole okubeera mu bwakabaka bwa Katonda Naye.

Okwagala kwa Katonda be baana ba Katonda okweggyako ebibi era bafuuke batukuvu, era bongere ku kigero ky'okukkiriza kwabwe mu mazima. Okutuuka nga tulongoseddwa ddala, bulijjo wabaayo okukemebwa okwa buli ssaawa n'ebigezo bya Setani. Kale, tulina okujjukiranga nti omuntu yenna asobola okugwa mu bigezo era n'afiirwa okwagala kwe okw'olubereberye okujjako ng'asigadde ng'atunula.

Bwe tubeera n'amalala mu mutima nga tulowooza nti, "Nze ndi mwesigwa nnyo era munyiikivu mu Mukama," awo nno, tetusobola kuzuukusibwa mu tulo twaffe otw'omwoyo.

Wadde tulina kye tukoze obulungi, tulina okubeera n'omutima gw'omuddu atasaanira, nga tulowooza nti, "Tuli abaddu abatasaanira. Tukoze ekyo ekitugwanira okukola." Mu ngeri eno, Omwoyo Omutukuvu bw'atuwa okutegeera n'amagezi, tusobola okwenenya, era ne tukomyawo okwagala okwasooka, era ne tubeera n'ebikolwa ebyasooka.

Kati ye ssaawa okwekebera okulaba oba twava ku kwagala kwa Katonda ne Mukama okw'olubereberye, okwagala kwaffe kubeere nga kweyongera bweyongezi.

Essuula 2

Ekkanisa y'e Sumuna
- Okuwangula Ebigezo by'Okukkiriza

Ekkanisa y'e Sumuma yayita mu kubonaabona kungi, omuli okuttibwa olw'okukkiriza okuva mu ba Polikaapu. Mu kanisa omusanvu, ekkanisa eno yali yanjawulo. Tebaatenderezebwa wadde okunenyezebwa, wabula baaweebwa magezi. Wabula, baweebwa ekisuubizo nti bwe banaayita mu kubonaabona okwo okungi era ne babeera beesigwa okutuuka okufa, olwo nno baali baakufuna engule ey'obulamu.

Bwe bubaka obuweebwa ekkanisa ezo n'abakkiriza ababonaabona olw'erinnya lya Mukama, era n'eri ekkanisa n'abakkiriza abajja okugenda mu nsi ya North Korea n'amaanyi ga Katonda okukola obuvunaanyizibwa bwabwe mu nsi etali njiri.

Okubikkulirwa 2:8-11

Era eri malayika ow'ekkanisa ey'omu Sumuna wandiika nti: Bwati bwayogera ow'olubereberye era ow'enkomerero, eyali afudde n'aba Omulamu, nti: 'Mmanyi okubonaabona kwo n'obwavu bwo (naye oli mugagga), n'okuvvoola kw'abo abeeyita Abayudaaya so nga si bo, naye kkung'aniro lya Setaani.

Totya by'ogenda okubonaabona, laba omulyolyomi oyo agenda okusuula abamu mu mmwe mu kkomera, mukemebwe, era mulibonaabonera ennaku kkumi. Beeranga mweisgwa okutuusa okufa, nange ndikuwa engule ey'obulamu.
Alina okutu awulire Omwoyo ky'agamba ekkanisa. Awangula talirumwa n'akatono kufa kwa kubiri.'

OBUBAKA BWA MUKAMA ERI EKKANISA Y'E SUMUNA

Era eri malayika ow'ekkanisa ey'omu Sumuna wandiika nti: Bwati bwayogera ow'olubereberye era ow'enkomerero, eyali afudde n'aba Omulamu, nti: (Okubikkulirwa 2:8).

Sumuna kifo ekyatiikirivu ennyo era kimanyiddwa nnyo kubanga omuwandiisi omuyonaani Homer, eyawandiika ebitontome ebyasookera ddala, ebiyitibwa 'Iliad' ne 'Odyssey'. Abayudaaya bangi baali babeera mu Sumuna okuva edda n'edda. Ekibuga kino kyali kya busuubuzi nga Efeso bwe kyali, era nga nayo waaliyo nnyo okusinza ebifaananyi era nga bakatonda baabwe bano babazimbira ebyoto ngera bakabaka baabwe kwe basinziza.

Mu kiseera ekyo, abantu b'omu Sumuna Kabaka w'aba

Looma baamuyitanga 'Mukama' era baalowoozanga nti mu nsi yonna mwalingamu kabaka omu yekka oyo ow'e Looma. Naye Abakristaayo bakkirizanga era ne baatula nti obuyinza bwe nnyini Kabaka w'Abalooma si ye yabulina wabula bwali ne Yesu Kristo. Olwa kino, baalina okuwaayo obulamu bwabwe. Gavumenti ya Sumuna yakolagananga ne gavumenti y'obwakabaka bw'Abalooma era ne bayigganya nnyo Abakristaayo.

Omukulu w'essaza omu yasaba Polikaapu, omulabirizi w'Ekkanisa ya Sumuna era nga mugoberezi w'omutume Yokaana, okwegaana Yesu Kristo era ayatule nti Kabaka w'e Looma ye Mukama' waakiri omulundi gumu gwokka. Yakigaanirawo era naddamu nti, "Mukama Yesu taneegaanangako mu bulamu bwange bwonna, Kati nyinza ntya okwegaana Mukama wange?"

Nga ne bonna abaayatulanga erinnya lya Mukama, naye yayokebwa. Omukka ogw'alinga ogw'akaseera obuseera gwali tegusobola kuggyawo kukkiriza kwe.

Ow'olubereberye era Ow'enkomerero, Eyali Afudde N'aba Omulamu

Mukama bwe yali awandiikira Ekkanisa ya Sumuna, Yeeyanjula nga 'Ow'olubereberye era Ow'enkomerero, eyali afudde, n'aba omulamu.'

Mu kitabo ky'Okubikkulirwa, tusobola okusangayo ebigambo bye bimu nga 'Alufa ne Omega,' 'Asooka era Asembayo,' ne 'Ow'olubereberye era ow'enkomerero,' naye amakulu gaabyo ag'omwoyo ga njawulo (Okubikkulirwa 22:13).

Ekisooka, 'Alufa ne Omega' kitegeeza nti Mukama Ye yatandika era yajja okukomekkereza eby'enkulaakulana.

'Alufa' ne 'Omega' ze nnukuta ezisooka era ezikomererayo ku waliifu z'olulimi oluyonaani ezakozesebwanga Yokaana mu kuwandiika ekitabo ky'Okubikkulirwa. Ennukuta 'A,' nga yesooka ku walifu z'oluzungu yagibwa mu nnukuta esooka mu lulimi Oluyonaani 'alufa.' Kye kimu ne nnukuta esembayo 'Z,' 'omega.' Ekozesebwa nnyo mu nnimi z'omu bulaaya ezisinga olwaleero.

Okuyita mu kukozesa ennukuta ez'olulimu olusomebwa, omuntu asobola okulaga ebirowoozo bye n'okwoleka ebyo by'amanyi n'amagezi olw'okutwala mu maaso enkulaakulana.

Katonda yentandikwa y'amagezi n'okutegeera. Kale, ekikulu okumanya kwe kuba nti, enkulaakulana n'omulembe by'asobola okugenda mu maaso kubanga Katonda y'awa abantu amagezi n'okutegeera. Okukulaakulana kw'ebintu kujja kutuuka ku nkomerero Mukama bw'anadda ku nsi kuno.

Okwogera ennukuta esooka n'esembayo eza waliifu, nga ze ziyimirawo ku lw'enkulaakulana, Katonda atuganyizza okutegeera nti Mukama y'entandikwa y'enkulaakulana.

Okugamba nti Mukama Yentandikwa era yenkomerero kitegeeza nti ye w'Olubereberye era Ow'enkomerero mu kuteekateeka Abantu. Nga bwe kyayogerwa, "Ebintu byonna byakolebwa ku bw'oyo, era awatali Ye tewaakolebwa kintu na kimu ekyakolebwa" (Yokaana 1:3), Katonda yatonda buli kintu era Ye yatandika okuteekateeka abantu ku nsi kuno okuyita mu Yesu Kristo, era Katonda yajja okukomekkereza okuyita mu Yesu Kristo.

Olwo, makulu ki ageetikiddwa mu Katonda okweyanjula nti Ye 'Ow'olubereberye era Ow'enkomerero, Eyali Afudde N'aba Omulamu'?

'Ow'olubereberye' kitegeeza nti Ye w'olubereberye mu kuzuukira. Abaruumi 5:12 wagamba, "Olw'ebyo, nga ku bw'omuntu omu ekibi bwe kyayingira mu nsi, okufa ne kuyingira olw'ekibi, bwe kityo okufa ne kubuna ku bantu bonna,kubanga bonna baayonoona." Ezadde lya Adamu kyali kirikakatako okufa olubeerera olw'etteeka ery'omwoyo erigamba nti 'empeera y'ekibi kwe kufa' (Abaruumi 6:23).

Yesu ye mwana wa Katonda Yekka. Yakomererwa ku lwaffe era n'atununula mu bibi byaffe byonna. Kale, oyo yenna akkirizaYesu Kristo ng'Omulokozi we asobola okusonyiyibwa ebibi bye; asobola okulokolebwa okuva mu kkubo ery'okuzikirira; era asobola okufuna obulokozi. Olw'okuba Yesu teyalina kibi kyonna, Yazuukira ku lunaku olw'okusatu era bwatyo n'afuuka ekibala ekisooka eky'okuzuukira.

'Ow'enkomerero' kitegeeza okudda kwa Mukama okw'omulundi ogw'okubiri mu bbanga. Mukama bw'anadda mu bbanga, emirimu gyonna egy'okulokola abantu n'agyo gijja kubeera giwedde. Ku mulundi guno nga Mukama akomyewo omulundi ogw'okubiri mu bbanga, abo abakkiririza mu Mukama n'abo abaafiira mu Mukama bonna bajja kuvaayo ng'ebibala eby'okuzuukira.

Kituufu, waliyo 'obulokozi obw'ekiswavu' mu Myaka Omusanvu egy'Okubonaabona Okw'amaanyi. Naye nga, ekitundu ekisinga, eky'emirimu gy'okulokola abantu gijja kuba giwedde Mukama bw'alidda mu bbanga. Mu kiseera kino, omulembe gw'Omwoyo Omutukuvu nagwo gujja kuba guweddeko. N'olwekyo, 'ow'enkomerero' kitegeeza okudda kwa Mukama okw'omulundi ogw'okubiri mu bbanga - kye kiseera wajja okukungulira ebibala eby'okuzuukira.

Mukama Yesu, oyo ow'olubereberye era ow'enkomerero, era yagamba, '[E] yali afudde, n'aba omulamu.' Kino kitegeeza okuzuukira oluvannyuma lw'okukomererwa. Yesu ddala yafa era n'azuukira nate, era nga kino kye kinyusi mu bulamu bwaffe obw'Ekikristaayo.

Nga Abaruumi 10:9 bwe wagamba, "Kubanga bw'oyatula Yesu nga ye Mukama n'akamwa ko, n'okkiriza mu mutima gwo nti Katonda yamuzuukiza mu bafu, olirokoka," okujjako ng'okkiririza mu kuzuukira kwa Mukama Yesu lwe tuyinza okufuna obulokozi.

Abayigirizwa ne ba Memba B'ekkanisa Eyasooka Baalaba Okuzuukira kwa Mukama

Leero, waliyo abantu bangi abamala gajja mu kanisa nga tebalina bukakafu bwa kuzuukira kwa Mukama. Olw'okuba tebalina bukakafu buno, tebalina kukkiriza kumala okusobola okutambulira mu kigambo kya Katonda.

Yesu yalaga nga Ye mwana wa Katonda ng'alaga obubonero bungi n'eby'amagero mu myaka essatu ng'ali n'abayigirizwa Be. Era yalanga n'okufa Kwe ku musaalaba n'okuzuukira Kwe ku lunanu olw'okusatu, okumenyaamenya amaanyi g'okufa. Naye Yesu bwe yakwatibwa n'asalirwa omusango era n'akomererwa, abayigirizwa Be bonna badduka ng'abatidde.

Ne Peetero, eyayogera nti waakiri okufa naye nti tayinza kwegaana Mukama, Yamwegaana emirundi essatu. Kyali bwe kityo lwakuba mu kiseera ekyo, yali tannafuna Mwoyo Mutukuvu, era nti yali tannakkiririza mu mutima gwe nti Yesu yali ajja kuzuukira.

Naye enkyukakyuka ey'amaanyi yabatuukako. Abayigirizwa abaali badduse olw'okutya bajja okuweera Yesu Kristo obujjulizi nga tebatya na kusisinkana kufa. Abamu ku bo bafuuka emmere y'empologoma, abalala baasalibwako emitwe, abalala ne basalibwamu ebiri. Omu kubayigirizwa yasaba akomererwe ng'awunzikiddwa.

Ensonga lwaki baali basobola okuweera Mukama obujjulizi okutuuka ku nkomerero, wadde nga baayita mu bulumi obw'amaanyi obw'okufa ng'abajjulizai, kyali bwe kityo lwakuba bo bennyini baali basisinkanye Mukama eyazuukira. Olw'okuba baalaba Mukama n'amaaso gaabwe nti azuukidde, baafuna obukakafu obw'okuzuukira. Bajjula essuubi ery'obwakabaka obw'omu ggulu okutya okufa kyali tekikyali kintu gye bali, era baali basobola okuwaayo obulamu bwabwe olwa Mukama.

Si baali bayigirizwa Be bokka, wabula ne ba memba b'ekkanisa eyasooka abaalaba okuzuukira kwa Mukama n'okwambuka mu ggulu. Baalina n'obukakafu bw'okuzuukira n'essuubi. Olw'okuba baawaayo obulamu bwabwe, Obukristaayo bwasobola okubuna wonna mangu ddala wadde nga baali mu kuyigganyizibwa okuzibu okuva mu Bw'akabaka bw'aba Looma, era ekyavaamu Obwakabaka bwa Balooma bwafuuka Eggwanga ery'Ekikristaayo.

Mu kuyigganyizibwa okw'ekika ekyo, singa baali tebeerabiddeko era ne bakkiririza mu kuzuukira kwa Mukama, bandisobodde batya okukuuma okukkiriza kwabwe okutuuka ku nkomerero? Baasobola okubuulira mu buvumu kubanga baalaba okuzuukira kwa Mukama. Tekyali na bigambo byokka bye baabulira ku kuzuukira kwa Mukama.

Makko 16:20 wagamba, "Bali ne bafuluma, ne babuulira wonna wonna, Mukama waffe ng'akolera nga wamu nabo era ng'annyweza ekigambo mu bubonero obwakiddiriranga." Olw'okuba obubonero n'eby'amagero ebyali tebisoboka n'amaanyi ga muntu byabaawo, abantu baasobola okukkiriza ebigambo byabwe.

Ebyafaayo by'Ensi Biweera okuzuukira kwa Mukama Obujjulizi

Ebyafaayo biraga nti ddala Yesu yaliyo. Ebyafaayo by'ensi okusinga byawulibwaamu BC (nga Kristo tanajja) ne AD (Mu mwaka gwa Mukama waffe).

Eky'okuba nti ebyafaayo by'omuntu bwe bizze bibaawo

by'esigamizibwa nnyo ku kiseera nga Yesu tannazaalibwa ne ng'amaze okuzaalibwa, Kyeraga lwatu nti Yesu yajja ku nsi kuno. Era, ku kuzaalibwa kwa Yesu, bwe tugattako ebyafaayo bya Isiraeri kiraga nti Yesu yakomererwa era n'azuukira.

Isiraeri mu kiseera ky'okuzaalibwa kwa Yesu yali w'obufuzi bw'Abalooma, era ebiwandiiko ebiraga ebyfaayo bya Yesu gamba nga okuzaalibwa n'okuzuukira byonna byawandiikibwa.

Gavana Piraato, eyasalira Yesu ogw'okukomererwa, yawandiika ebintu nga bwe byali mu bujjuvu era n'asindika alipoota eno eri Obw'akabaka bw'abalooma. Alipoota eno eterekebwa mu kifo omuterekebwa ebyafaayo ekiyitibwa Aya Sophia, ekisangibwa mu nsi y'e Turkey. Kale n'ebintu ebyo, tusobola okukkiriza nti okuzuukira kwa Yesu kwaliyo era ne tuba n'essuubi ery'okuzuukira.

Obubaka obwaweebwa Ekkanisa y'e Sumuna buweebwa n'ekkanisa saako abakkiriza abali mu mbeera y'emu nga Ekkanisa ya Sumuna gye baalimu.

Embeera Ennaku zino Ezigwa mu Bigambo Ebyaweebwa Ekkanisa ya Sumuna

Obubaka obw'ekkanisa y'e Sumuna bw'abo abagenda mu nsi nga tewakkirizibwayo njiri, naddala abo abajja okugenda mu nsi ye North Korea bakolereyo emirimu gya Katonda egy'amaanyi. Emyaka kati giri eyo mu ataano egiyiseewo bukya lutalo mu nsi ya Korea eno lubalukawo, naye wakyaliyo abakorea bangi okuva mu Korea ey'omu mambuka n'eky'emmanga abakyalina bazadde baabwe, baganda baabwe, n'ab'enganda abali ku ludda olulala olwa Korea.

Omutume Pawulo yalina okuyaayaana okw'okulokola abantu be nga bwe yayogera mu Baruumi 9:3, "Kubanga nandyagadde nze mwene okukolimirwa Kristo olwa baganda bange, ab'ekika kyange mu mubiri."

Kyali bwe kityo lwakuba yamanya omutima gwa Katonda oguyaayaana eri abantu Be abalonde, era olw'okuba Pawulo yalina okwagala kuno okw'amaanyi mu ye eri abantu be.

Mu ngeri y'emu, ekkubo ly'obu minsani mu North Korea bwe linaggulwawo, Abakorea mu maserengeta bajja kubeera n'okuyaayaana ku lwa North Korea. Aba Minsane bangi n'abakozi bajja kugenda mu North Korea okubuulira enjiri. Bwe banaagendayo, bajja kusisinkana embeera esingako obuzibu mu by'enfuna oba embeera endala okusinga ze baalowoozaako. Si kuyigganyizibwako kwokka, wabula balina n'okusisinkana okutibwa ku lw'okukkiriza.

Ekiseera bwe kinaagenda kiyitawo, okuyigganyizibwa kujja kweyongera. Aba misane bajja kwerariikirira nga beebuuza basigaleyo oba okuddukayo badde mu Korea ey'omu Maserengeta. Naye mu mbeera yonna, bwe babeera nga balina eby'obugagga eby'omu mitima gyabwe, embeera tebajja kuzifaako.

Wano, 'okuba n'eby'obugagga mu mutima' kitegeeza nti bajjudde essuubi ery'omu bwakabaka obw'omu ggulu. Bajjudde okukkiriza n'Omwoyo nga beesunga empeera ezinaagabibwa mu bwakabaka obw'omu ggulu. Nge bwe kyogerebwa mu 2

Bakkolinso 6:10, "Ng'abanakuwala, naye abasanyuka bulijjo, ng'abaavu, naye abagaggawaza abangi, ng'abatalina kintu, era naye abalina ddala byonna.."

Bwe babeera n'eby'obugagga mu mutima ebigabibwa Katonda, basobola okutuukiriza okwagala kwa Katonda n'ekigendererwa mu bujjuvu.

Okubonaabonera mu Nsi Etatuukangamu Njiri

Naye ne mu ba minsane mu North Korea, mujja kubeeramu abantu abajja okutawaanya emirimu gya Katonda. Mu kifo ky'okukolera awamu okubuulira enjiri, bajja kutaataaganya emirimu gya Katonda.

Bakabona abakulu, ababuulizi, n'abasomesa amateeka mu kiseera kya Yesu baakwatirwanga Yesu obuggya kubanga Yakolanga eby'amagero n'obubonero eby'amaanyi era ng'abuulira enjiri ey'obwakabaka obw'omu ggulu. Baamukolokotanga ng'abakozesa bye bamanyi mu mateeka era ne bamaliriza nga bamusse.

Mu ngeri y'emu wajja kubaayo abantu ab'ekika kino ne mu North Korea. Abamu ku ba Minsane bwe banaaba bakola eby'amagero n'obubonero ebingi nga babuulira ekigambo eky'obulamu, wajja kubaayo abaminsane abalala abajja okuba nga bataataaganya ekigenda mu maaso era baleetere embeera okubazibuwalira ennyo. Wabula wadde guli gutyo, bwe banaawangula emitawaana egyo n'obulungi, okukkiriza n'okwagala, okubonaabona gye kunaakoma okuba okw'amaanyi, n'emirimu gya Katonda egy'amaanyi gye gijja okukoma okutuukawo.

Katonda atubuulidde nti ejja kubaayo emirimu egitaataaganya egiva mu ba minsane abalala, naye era wajja kubaayo n'okuyigganyizibwa okuva eri abaddukanya eggwanga ng'ate kino kyo kijja kuvaako obuzibu bungi ddala. Ekiseera bwe kinaatuuka, North Korea ejja kubeera erina okuggula enzigi zaayo. Mu kiseera ekyo, abantu bangi bajja kuyingira mu North Korea n'okwolesebwa kumu kwa kubuulira njiri.

Naye ekiseera kinaaba tekinayitawo kinene, North Korea ejja kuddamu okuziba enziji zaayo okusobola okukuuma enkola ya Gavumenti yaayo. Bajja kuba bakkiriza nti ekintu ekikulu ekisinze okuleetera Gavumenti yaabwe obuzibu g'emaanyi ga Katonda.

Abaminsane abamu tebajja kubuulira bubuuliza njiri, wabula bajja kukola n'eby'amagero saako emirimu gya Katonda egy'amaanyi egitasobola kukolebwa muntu yenna ku bubwe. Kale, gavumenti ejja kubakuumirako eriiso. Naye bwe wanaayitawo ekiseera, emirimu egy'amaanyi gijja kweyongera nnyo kibasiikuule okuyigganya abaweereza ba Katonda n'ekigendererwa eky'okubibalesaayo.

Era ekinaavaamu, bajja kuggalawo ekkanisa amaanyi ga Katonda mwe goolesezebwa. Bajja kusiba abaminsane n'abakozi b'ekkanisa era bagunjeewo ensonga ey'okubatta. Bwe bannatta aba minsane bano n'abakozi ba Katonda olw'ensonga z'eddiini, bajja kukolokotebwa nnyo okuva mu nsi yonna era wabeewo okuwakanyizibwa okw'amaanyi. Kale, okutuusa nga abakungu ba North Korean bayiyizzaayo ensonga enung'amu, abaweereza ba Katonda bajja kuba balina okubonaabonera mu makomera gye baanaba basibiddwa.

Okubikkulirwa 2:10 wagamba, "Totya by'ogenda okubonaabona. Laba omulyolyomi oyo agenda okusuula abamu mu mmwe mu kkomera, mukemebwe, era mulibonaabonera ennaku kkumi. Beeranga mwesigwa okutuusa okufa, nange ndikuwa engule ey'obulamu."

Tekitegeeza nti ennaku zijja kuba kkumi zennyini ze banaabonaabonera mu kkomera. Kitegeeza nti ekiseera gavumenti ya North Korea ky'eneemala ng'enoonya ensonga ennung'amu ey'okubatta, we banagifunira kye kiyitibwa 'ennaku kkumi.'

Empeera n'Ekitiibwa ky'Abattibwa Olw'okukkiriza

Bannansi b'omu North Korea bwe banaalaba abantu abattibwa ng'abajjulizi, bangi ku bo n'abo bajja kutandika okubuulira enjiri n'omwoyo ogw'obujjulizi.

Kikulu nnyo okusindika abantu e North Korea okubuulira enjiri. Naye, ng'ate kijja kuba kikulu nnyo singa bannansi ba North Korea bennyini be bakuze mu kukkiriza ne babuulira enjiri n'omwoyo gw'okufiirira okukkiriza. Okufa kw'abantu olw'okukkiriza kujja kusiikuula bannansi okutandika okubuulira enjiri.

Si buli ba minsane bonna abanaaba bagenze e North

Korea banaafuuka abajjulizi. Batono ku bo abajja okuttibwa ng'abajjulizi. Era bajja kukyesalirawo era nga basobola okuttibwa olw'okukkiriza bwe banaaba kye basazeewo.

Si kyangu okufa ng'omujjulizi olw'erinnya lya Mukama. Naye omuntu bw'awangula okuyigganyizibwa n'ebigezo mu ssanyu n'okwebaza nga omutume Pawulo bwe yakola, olwo nno ekitiibwa kye, empeera n'okutenderezebwa bijja kubeera by'amaanyi nnyo mu bwakabaka obw'omu ggulu. Empeera n'okufa ng'omujjulizi zijja kuba nnene ddala, era, ajja kufuna n'empeera ez'emyoyo eginaaba girokoleddwa okuyita mu kufa kwe ng'omujjulizi.

N'olwekyo, omuntu bw'ajjukira ekitiibwa ekiri mu kubeera omwesigwa okutuuka okufa mu nsi etatuukangamu njiri, amaaso ajja kugasimba ku kitiibwa n'empeera eby'omu bwakabaka obw'omu ggulu era awangule buli kika kya kugezesebwa n'okuyigganyizibwa.

Okuwabula kwa Mukama eri Ekkanisa ya Sumuna

'Mmanyi okubonaabona kwo n'obwavu bwo (naye oli mugagga), n'okuvvoola kw'abo abeeyita Abayudaaya so nga si bo, naye kkung'aniro lya Setaani. Totya by'ogenda okubonaabona, laba omulyolyomi oyo agenda okusuula abamu mu mmwe mu kkomera, mukemebwe, era mulibonaabonera ennaku kkumi. Beeranga mwesigwa okutuusa okufa, nange ndikuwa engule ey'obulamu. (Okubikkulirwa 2:9-10).

Mu kanisa omusanvu, Ekkanisa ya Sumuna ye yokka eyafuna okuwabulwa kwokka, nga tetenderezeddwa wadde okunenyezebwa. Naye obubaka obwaweebwa ekkanisa y'e Sumuna bulina ebintu ebikulu ebyogerwako. Butubuulira lwaki tusisinkana ebigezo n'okugezesebwa, ekkung'aniro lye Setaani kye litegeeza, na muntu wa kika ki anaafuna engule ey'obulamu.

Ekkanisa y'e Sumuna Yabonaabona n'Ebigezo saako Obwavu

Mukama yamanya okubonaabona n'obwavu Ekkanisa y'e Sumuna bye yali eyitamu, era N'agamba nti, "Naye oli mugagga." Omuntu ayinza okuba nga yali mwavu ng'atannakkiriza Mukama. Naye bw'amala okukkiriza Mukama, bwe yeeyongera okutambulira mu bulamu Obw'ekikristaayo, Katonda amukuuma, era n'aba ng'asobola okutambulira mu bulamu obugagga.

Olwo, lwaki Ekkanisa y'e Sumuna yabonaabona era yali mu bwavu, wadde nga baali bakkiririza mu Mukama? Ebigezo abakkiriza bye bayitamu biyinza okulabikanga ebifaanagana n'ebyo abatakkiriza bye bayitamu, naye nga byawukanira ddala. Okuyita mu kubonaabona kwe tuyitamu mu Mukama, bwe tubiwangula mu kukkiriza, emmeeme zaffe zijja kuba bulungi. Tujja kufuna emikisa gya Katonda, era bijja na kututerekebwa ng'empeera ez'omu ggulu.

Ku kyaliwo mu Kanisa ya Sumuna, waliyo ebigezo ebikulu bya mirundi ebiri eby'abakkiriza. Eky'omulundi ogusooka kireetebwa kubanga tukkiririza mu Mukama, era ekirala kireetebwa kubanga tetutambulira mu kigambo kya Katonda.

Naye abantu abamu balowooza nti babonaabona olw'erinnya lya Mukama, wadde ekituufu kiri nti babonaabona kubanga bo bennyini tebatambulira mu kigambo kya Katonda. Waliwo, n'abantu abamu abeereetako okuyigganyizibwa kubanga ebintu tebabikola mu ngeri erimu amagezi. Naye ne balowooza nti bayigganyizibwa lwa Mukama. Kyokka tebagezaako na kugonjoola kizibu ekyo.

Ebigezo Ebireetebwa Olw'okukkiririza mu Yesu Kristo

Ebigezo ebijja mu linnya lya Mukama kwe kubonaabonera obutuukirivu. Katonda ddala ajja kusasula okubonaabona okwo n'emikisa. Eky'okulabirako, wayinza okubaayo okuyigganyizibwa okuva mu bantu ab'omu maka agatakkiriza oba okuva mu bantu abatwetoolodde. Era, tusobola okusisinkana okuyigganyizibwa mu ssomero oba ku mirimu gye tukolera nga kuva mu betukola n'abo abatali bakkiriza.

Eky'okulabirako, ku nnaku ezitali zakola twateranga okugenda n'ab'omu maka gaffe ne tubaako wetulya eky'emisana. Naye, bwe tutandika okugenda mu kanisa, Tutandika okugendayo buli lwa sande. Era ekivaamu, ab'omu maka gaffe bayinza okutandika okuwulira obubi era ne batandika okutuyigganya. Mu mbeera ng'eno bwe twongera okubaagala n'okubaweereza, ekivaamu Katonda ajja kukwata ku mitima gyabwe okukkiriza enjiri. Era ekivaamu, okuyigganyizibwa nga kukoma.

Ku ludda olulala, bwe tugenda mu maaso n'okuyita mu kuyigganyizbwa okwo nga wadde tutambulira mu bulamu Obw'ekikristaayo okumala emyaka mingi, olwo nno tulina okwekebera oba nga tuyinza okuba twereetako okuyigganyizibwa kubanga ebintu tetubikola mu magezi.

Tuyinza okuba nga tujjudde Omwoyo, naye olumu tuyinza okuba nga tetusobola kwefuga era ne tumala googera ebintu ebitaliimu magezi oba okukola ebintu ebitali by'amagezi bulungi, ekiyinza okusiikuula ab'enganda zaffe. Bwe tuteekamu ko ku magezi, tusobola okuwona okuyigganyizibwa okuva mu bantu b'omu maka gaffe.

Okuyigganyizibwa okw'ekika kino ne bwe kuba nga kuvuddewo, wayinza okubaayo okuyigganyizibwa okw'ekika ekirala abantu ba Katonda kwe bafuna. Musa, Eliya, Yeremiya, Isaaya, ne bannabbi abalala, saako omutume Pawulo, Peetero, ne Yokaana baayagala nnyo Katonda era Naye yabaagala nnyo. Naye baayigganyizibwa ku lwa Mukama, ku lw'obwakabaka bwa Katonda, ne ku lw'emmeeme endala. Byonna baabigumira.

Matayo 5:11-12 wagamba, "Mmwe mulina omukisa bwe banaabavumanga, bwe banaabayigganyanga, bwe banaabawaayiranga buli kigambo kibi, okubavunaanya Nze. Musanyukenga, mujaguze nnyo, kubanga empeera yammwe nnyingi mu ggulu, kubanga bwe batyo bwe baayigganya bannabbi abaasooka mmwe." Nga bwe kyayogerebwa, olw'okuba amaaso gaabwe baagasimba ku mpeera ez'omu ggulu, tebaawulira buzibu bwonna era tebaakwatibwanga na nsonyi, kwemotyamotya oba okuswala. Baajaguzanga bujaguza.

Ebigezo Ebiva ku Kulumirizibwa Setaani Olw'obutatambulira mu Kigambo kya Katonda

Ekirala, tusobola okubonaabona n'ebigezo kubanga tubadde tetutambulira mu mazima ne mu kigambo kya Katonda. Olwa

65

kino Setaani atulumiriza.

Bwe tukkiriza Yesu Kristo ng'Omulokozi waffe era ne tufuuka abaana ba Katonda, tufuuka abatuuze ab'omu bwakabaka obw'omu ggulu (Bafiripi 3:20). Okuva kw'olwo, tuba tulina okugondera amateeka ag'omu bwakabaka obw'omu ggulu ng'abatuuze baayo. Olwo lwokka lwe tujja okukuumibwa era tufune emikisa emingi.

Na bwe kityo, bwe tumenya amateeka ga Katonda, awo, omulabe setaani ajja kutulumiriza. Eri Setaani, twalinga baana be. Naye okuva lwe twakkiriza Mukama era ne tufuuka abaana ba Katonda, agezaako okutuzaayo ku ludda lwe. Eyo yensonga lwaki buli lw'abaako kyalaba, agezaako okutulumiriza era n'atuleetako ebigezo n'okusoomozebwa.

Mu abo ababonaabona olw'ensonga eno, mulimu abakitegeera obubi ne bagamba nti Katonda abasisinkanyizza ekiseera ekizibu.

Naye mu Yakobo 1:13 wagamba, "Omuntu yenna bwakemebwanga, tayogeranga nti 'Katonda Ye ankema'; kubanga Katonda takema na bubi, era ye yennyini takema muntu yenna." Nga bwe kigamba, Katonda tatukema oba tatusuula mu buzibu.

Ensonga lwaki tubonaabona n'ebigezo oba okugezesebwa lwakuba tukemebwa okwegomba kwaffe (Yakobo 1:14), ne tumenya amateeka ga Katonda, era ne twonoona. Ne mu nsi eno, bwe tumenya amateeka, tuba tubonerezebwa. Mu ngeri y'emu, bwe tumenya etteeka lya Katonda, tujja kubonaabona n'ebiva mu kyo.

Olw'okuba Katonda mwenkanya, tasobola kutuwa bukuumi Setaani aleme kutulumba bwe tuba twonoona wadde tuba baana Be. Era wadde, Setaani yatuleetera okugezesebwa n'okusoomozebwa, Olw'okwagala kwa Katonda aganya Setaani n'atulumbagana.

Yakobo 1:15 wagamba, "Okwegomba kwo ne kulyoka kuba olubuto ne kuzaala okwonoona, n'okwonoona okwo, bwe kumala okukula, ne kuzaala okufa." Abaruumi 6:23 wagamba, "Kubanga empeera y'ekibi kwe kufa, naye ekirabo kya Katonda bwe bulamu obutaggwaawo mu Kristo Yesu Mukama waffe." Kale, Katonda bwaleka abaana Be okukola buli kye bagala ng'eno bwe bagenda eri ekkubo ery'okuzikirira, kiki ekijja okubatuukako?

Katonda ayagala abaana Be abali mu kugenda eri ekkubo ery'okuzikirira okukyuka okubivaamu, ne bwe kiba kuyita mu kubonerezebwa, bw'eba nga yengeri esingayo. Katonda aganya ebigezo okutuuka ku baana Be okuyita mu kulumirizibwa kwa Setaani.

Ku kwagala kwa Katonda kuno, Abaebbulaniya 12:5-6 wagamba nti, "Era mwerabidde ekigambo ekibuulirira, ekyogera nammwe ng'abaana nti, 'Mwana wange, tonyoomanga kukangavvula kwa Mukama, so toddiriranga bw'akunenya; kubanga Mukama gw'ayagala amukangavvula, era akuba buli mwana gw'akkiriza.'"

N'olwekyo, bwe tuba nga tuyita mu kubonaabona kwonna,

tulina okusooka okwekebera okusobola okutegeera kwe kivudde. Bwe kuba nga kuzze lwa nsobi zaffe, tulina okwenenya amangu ddala era tukyuke okubivaamu tusobole okukomawo mu mikisa gya Mukama nate.

Ekireeta Obwavu

Ekkanisa ya Sumuna teyabonaabona na bigezo byokka, wabula baali na baavu. Bwe tukkiririza mu Katonda era ne tujja eri Mukama, tusobola okufuna emikisa gy'okuba abalamu n'okuba abagagga n'emmeeme zaffe ne zikulaakulane. Naye olumu, abakkiriza bayinza okubonaabona mu bwavu nga bwe kyali mu Kanisa ya Sumuna.

Wadde tuyinza okuba nga tukola nnyo okusinga ne bwe kyali nga tetunakkiririza mu Mukama, tuyinza okusigala nga tukyasisinkana okuyigganyizibwa okuva mu bantu be tukola n'abo ku mirimu, oba okusigala nga tukyayisibwa bubi. Olw'okuba tetusobola kukuuma Lunaku lwa Mukama nga lutukuvu tusobola okuva ku mulimu ogwo, oba okugenda mu kifo ekirala ne tutandika okukolera eyo.

Olw'ekintu nga kino tuyinza okukalubirirwa mu bigambo by'ensimbi. Naye olw'okuba kibaddewo lwa kukkiririza mu Mukama, tekijja kutwala kiseera kiwanvu. Wadde omuntu oyo asigala ng'atuyigganya, bwe tugenda mu maaso n'okumuyisa obulungi ekiseera kyonna, naye ajja kumala akkirize. Era ekinaavaamu, Mukama ajja kutusasula n'emikisa egikulukuta.

Ng'ogyeeko ekyo, waliwo obwavu omuntu bwe yeeretako.

Katugambe tusobola okwetuusaako buli kye twagala. Naye olw'okuba twagala Katonda, tetwetuusaako bintu ebyo wabula ne tubiteeka mu bwakabaka bwa Katonda. Nga tweteeka mu mbeera ey'okubulwa nga tweyagalidde nga tukikola mu kwebaza.

Katonda ayinza atya okuganya omuntu ow'ekika kino okusigala mu mbeera eno? Katonda ajja kumusasula n'empeera nnyingi mu ggulu. Ne ku nsi kuno, ajja kukulaakulanya emmeeme zaffe era atuwe obulamu. Kale, ddala tujja kubeera bagagga.

"Naye oli Mugagga"

2 Abakkolinso 8:9 wagamba, "Kubanga mutegeera ekisa kya Mukama waffe Yesu Kristo, nti bwe yali omugagga, naye n'afuuka omwavu ku lwammwe, obwavu bwe bulyoke bubagaggawaze mmwe." Yesu Mwana wa Katonda era obugagga bwonna bubwe. Naye, Yazaalibwa mu kiraalo era n'azazikibwa mu kibaya.

Bwe yali akyabeera ku nsi kuno, olumu enjala yamulumanga, ate olulala, teyalinanga wakwebaka bwatyo n'asuula mu ddungu. Yakikola okutununula mu bwavu. N'olwekyo, ffe abakkiririza mu Mukama tetulina kubeera baavu, naye tulina okuddiza Katonda ekitiibwa olw'obugagga bwe tuba n'abwo.

Naye si buli baana ba Katonda bonna nti bajja kufuuka bagagga awatali kakwakkulizo konna. Nga bwe kyawandiikibwa mu Ekyamateeka Olw'okubiri essuula 28, Tulina okuwuliriza ekigambo Kye era tukuume amateeka Ge gonna olwo tusobole okubeera abagagga.

Awo olunaatuuka, bw'onoonyiikiranga okuwulira eddoboozi lya Mukama Katonda wo, okukwata ebiragiro Bye byonna bye nkulagira leero, okubikolanga, MUKAMA Katonda wo anaakugulumizanga okusinga amawanga gonna agali ku nsi. N'emikisa gino gyonna ginaakujjiranga ginaakutuukangako, bw'onoowuliranga eddoboozi lya MUKAMA Katonda wo: Onoobanga n'omukisa mu kibuga, era onoobanga n'omukisa mukyalo. Ekibala ky'omubiri gwo kinaabanga n'omukisa, n'ekibala ky'ettaka lyo, n'ekibala ky'ekisibo, ezzadde ly'ente zo, n'abaana b'embuzi zo. Ekibbo kyo kinaabanga n'omukisa n'olutiba lwo olw'okugoyeramu. Onoobanga n'omukisa bw'onooyingiranga, era onoobanga n'omukisa bw'onoofulumanga (Ekyamateeka Olw'okubiri 28:1-6).

Ddala bwe tutambulira mu kigambo kya Katonda era ne tukola eby'ekitangaala, tetusobola kusisinkana bigezo wadde okusoomoozebwa. Ne bwe bijja, bigenda mangu.

N'ekikulu mu byonna, obwakabaka obw'omu ggulu obw'olubeerera bwategekebwa dda ku lw'abaana ba Katonda abo abalokole. Era, emmeeme zaabwe bwe zikulaakulana, buli kimu kijja kubatambulira bulungi ne ku nsi kuno. N'olwekyo, tuli bagagga okusinga omuntu yenna.

Abo Abeeyita Abayudaaya So Nga Si Bo

Mu by'afaayo, Abayudaaya bangi baabeeranga mu Sumuna. Baakolagananga ne gavumenti y'Abalooma era ne batta Abakristaayo bangi.

Mu kusooka, Abayudaaya be baali abantu ba Katonda abalonde. Naye mu kiseera kya Yesu, Abayudaaya be bantu abatakkiriza Yesu nti Mwana wa Katonda era ne bamuyigganya. Kabona omukulu, bakabona abalala, n'abasomesa b'amateeka nga be baali abakulembeze mu Bayudaaya baakwatirwa Yesu obuggya kubanga Yakolanga emirimu egy'amaanyi ga Katonda era n'abuulira enjiri ey'obwakabaka obw'omu ggulu. Baasalira Yesu emisango n'okumukolokota okusinziira ku ntegeera yaabwe ey'amateeka. Era baamaliriza ng'abamukomeredde.

Ne leero, mu bakkiririza mu Mukama, mulimu abantu abataataaganya emirimu gya Katonda. Wadde bajja mu kanisa, ekintu bwe kiba tekikkiriziganya na ndowooza yaabwe oba ebyo bye bakkiririzaamu, batandika okusala emisango n'okukolokota. Batandika okufuna obuggya n'okukyawa abalala.

Nga bwe kyogera, "abo abeeyita Abayudaaya so nga si bo, naye kkung'aniro lya Setaani." Mukama agamba nti abantu bano si Bayudaaya. Kitegeeza nti tebasobola kuyitibwa baana ba Katonda.

Tukizuula nti kungulu, babeera ng'abalina okukkiriza era ne balabika ng'abalungi. Naye Katonda bw'aba takkiriza kukkiriza kwabwe n'obulungi bwabwe, kiba tekigasa. Wadde bakalambira nga bagamba nti baana ba Katonda, ebigambo byabwe n'ebikolwa si bye by'abaana ba Katonda, babeera ng'abo abeeyita Abayudaaya kyokka nga tebali. Buli kimu kijja kwanikibwa ku lunaku olw'omusango.

Eky'amazima, tetulina kulinda kumala kutuuka ku lunaku

olw'omusango. Tusobola okukitegeera nga tulaba ebibala eby'omu bulamu bwabwe. Bwe babeera bantu ba Katonda, balina okubala ebibala eby'Omwoyo Omutukuvu. Balina okwagala amazima, balina okwagala abalala, okuba n'emirembe na buli muntu, era ne babala n'ebibala by'ebigambo ebirungi n'ebikolwa.

Ekibala bwe kiba nga kya buggya, Nsaalwa, kukolokota, kusala misango, bukyayi, na kuyomba, ddala gino giba mirimu gya Setaani. Bwe wabaawo abantu babiri oba okusingawo abafuna emirimu gya Setaani egy'ekika kino, olwo, kiyitibwa 'ekkung'aniro lya Setaani.'

Ekkung'aniro lya Setaani Lisumbuwa Obwakabaka bwa Katonda

Olwaleero, olw'ekkung'aniro lya Setaani, ekkanisa nnyingi zibonaabona n'ebizibu.

Abaefeso 1:23 wagamba nti ekkanisa gwe mubiri gwa Kristo. Ekkanisa, gye yagula n'omusaayi Gwe, gwe mubiri gwa Mukama. 1 Abakkolinso 12:27 wagamba, "Naye mmwe muli mubiri gwa Kristo n'ebitundu byagwo, buli muntu." Nga bwe kyogera, abakulembeze bonna ne ba memba b'ekkanisa bitundu ku mubiri gwa Mukama.

Buli kitundu kya mubiri bwe kifuna obuggya n'okuyombayomba, kiki ekijja okubaawo? Mu ngeri y'emu, ekkanisa zirina kubeera bumu mu kwagala. Bwe wabeerawo ennyombo mu bitundu by'omubiri, Omwoyo Omutukuvu tasobola kukola. Okwagala kujja kuwola mu kanisa. Eky'oto ky'okusaba kijja kuzikizibwa. Era ekinaavaamu, okudda obuggya kujja kukoma. Era ng'emu ku nsonga enkulu evaako kino ly'ekkung'aniro lya Setaani.

Era ekintu ekikulu okumanya kwe kuba nti ab'ekkung'aniro lya Setaani batuli kumpi ddala okusinga ne bwe tulowooza.

Eky'okulabirako kwe kuba nga bwe twawulidde agatali mazima n'ebigambo eby'okuwaayiriza ne tutabisengejja wabula ne tubikkiriza bukkiriza byonna eby'ogeddwa omuntu oyo.

Tetwakkiriziganyiza na mutima mukyamu naye tulina bwe twataddeyo omwoyo ku byogeddwa. Kino kiba ky'ongera ku bigambo ebisalaganye era nga tubikkiriza kusaasaana.

Okutuusa lwe twegirako ddala buli kika kya bubi mu ffe, tuba tetusobola kumanya nti tulina endowooza ez'onoona. Kale, oku sinziira ku kika kya muntu gwe tusisinkanye, ne mu mbeera gye tuteereddwamu, obubi obuli mu ffe busobola okufubutukayo essawa yonna.

Abantu abamu bamala g'emulugunya mu ngeri gye boogera okulaga bwe batasiimye kigenda mu maaso. Ne mu kiseera ng'emitima gyabwe girina okuba obumu bafulumya ebigambo ebiwakanya ekiseera kyonna kubanga endowooza z'abalala tebakkiriziganya n'azo bulungi. Naye bo bennyini tebategeera kye bakola.

Abantu bano mu kyama banoonya abo abakkiriziganya n'endowooza zaabwe. Bwe tumala googera n'abantu bano nga tetulowoozezza era ne tukkiriziganya n'abo, tuyinza okwegatta ku kkung'aniro lya Setaani nga tetugenderedde. Tetulina kukkiriziganya na bigambo ebitali by'amazima, wabula tulina okubazuukusa n'amazima.

Ekizikiza kibulawo ekitangaala bwe kirabika. Bwe tulaba ebintu ebirungi byokka, ne tuwulira birungi byokka, ne twogera birungi byokka, era ne tulowooza birungi byokka, ekkung'aniro lya Setaani terisobola kusigala mu kanisa. Balina okugenda bokka na bokka.

Ekkanisa y'e Sumuna Egenda Kubonaabona

Mukama yagamba Ekkanisa ye Sumuna nti bagenda kubonaabona, naye baleme kutya. Yagamba, "laba omulyolyomi oyo agenda okusuula abamu mu mmwe mu kkomera, mukemebwe, era mulibonaabonera ennaku kkumi." (olu. 10). Okutuusa nga tutukuziddwa ddala, wayinza okubaawo ebigezo bingi, oba okubonaabona, naye tetulina kutya. Bino byonna bijja olw'okutuleetera obugagga obukwatwako n'obw'omwoyo. Yengeri yokka ey'okututuusa eri obulamu obutaggwaawo.

Tetulina kutya kuyigganyizibwa na bigezo bye tuyitamu olw'erinnya lya Mukama. tulina okusanyukanga. Wadde nga ebigezo bizze olw'okuba tetunatambulira mu mazima bubujjuvu, era tulina okusanyuka n'okwebaza.

Yakobo 1:2-4 wagamba, "Mulowoozenga byonna okuba essanyu, baganda bange, bwe munaagwanga mu kukemebwa okutali kumu, nga mutegeera ng'okugezesebwa kw'okukkiriza kwammwe kuleeta okugumiikiriza. Era omulimu gw'okugumiikiriza gutuukirirenga, mulyoke mubeere abaatuukirira, abalina byonna abataweebuuka mu kigambo kyonna." Nga bwe kyogera, okuyita mukugezesebwa, tujja kutuukirizibwa era tube nga tewali kitubulako.

Mukama yagamba nti abamu ku bakkiriza b'Ekkanisa ye Sumuna baali bajja kubonaabona era basuulibwe mu kkomera, era nga guno gwali gujja kubeera mulimu gw'omulyolyomi.

Abakkiriza bangi tebaawula bulungi wakati wa Setaani n'omulyolyomi. Naye Bayibuli eyawula bulungi nnyo wakati wa Setaani n'omulyolyomi.

Emirimu gya Setaani n'Omulyolyomi

Okukiggyayo mu ngeri ennyangu, Setaani gwe mutima gwa Lusifa, Lusifa ye mukulu w'emyoyo gyonna emibi. Omulyolyomi gwe mwoyo oguli wansi wa Setaani, era buli omu ku bo alina emirimu gya njawulo.

Setaani akolera mu birowoozo by'abantu okusobola okubaleetera ebirowoozo ebibi. Setaani asiikuula omutima ogw'agatali mazima. Omuntu bw'aba afuna emirimu gya Setaani okuyita mu birowoozo bye, omulyolyomi yaleetera omuntu okuteeka ebirowoozo ebyo ebibi mu nkola.

Kwe kugamba, omulimu gwa Setaani mu birowoozo bwe gulagibwa mu bikolwa, kino tukiyita 'omulimu gw'omulyolyomi.'

Eky'okulabirako, katugambe waliwo omuntu atuwaayiriza oba okutukolokota. Awo, Setaani atuleetera ebirowoozo ebibi ng'obukyayi. Atuwa ebirowoozo nga, 'Sikyasobola kukigumiikiriza. Nange ng'enda kumuvumirira n'okusinga kyankoze oba mukube n'okumukuba!'

Bwe biba nga bikyali birowoozo ebibi, giba mirimu gya Setaani, naye ekirowoozo kino bwe kiteekebwa mu nkola okuvuma oba okukuba omuntu, awo guba mulimu gw'omulyolyomi.

Lukka 22:3 wagamba, "Awo Setaani n'ayingira mu Yuda ayitibwa Isukalyoti, eyali ku muwendo gw'abo ekkumi n'ababiri." Kitegeeza Setaani yayingira mu birowoozo bye. Kitegeeza nti ekirowoozo, 'Yesu ono njamulyaamu olukwe nfune sente' n'ekiyingira mu Yuda Isukalyoti.

Yokaana 13:2 wagamba, "Bwe baali balya emmere ey'ekyeggulo Setaani nga yamaze dda okuweerera Yuda Isukalyoti omwana wa Simoni mu mutima gwe okumulyamu olukwe, [Yesu]."

Kino tekitegeeza nti omulyolyomi yakola okuyita mu birowoozo, wabula kitegeeza nti omulyolyomi yali yayingidde dda mu mutima gwa Yuda gwonna n'aguwamba. Kubanga omulyolyomi yali awambye omutima gwe, Yuda yamaliriza okoze ekikolwa ky'okutunda Yesu.

Kituufu, Setaani tamala gateeka birowoozo bikyamu mu bantu nga bwayagala. Bwe kyatuuka ku Yuda, yawaayo nnyo ebirowoozo bye eri Setaani kubanga omutima gwe gwali mubi, era ekyavaamu n'akola omulimu omubi ogw'okutunda Mukama we.

1 Yokaana 3:8 wagamba, "Akola ekibi wa Setaani." Wano, okukola ekibi kitegeeza okukiteeka mu nkola. Olw'okuba Yesu yamanya kino, Yagamba, "Si nze nnabalonda mmwe ekkumi

n'ababiri, era omu ku mmwe ye Setaani?" (Yokaana 6:70) Yesu yayita Yuda Isukalyoti, eyali ow'okumulyamu olukwe n'okumutunda nti yali mulyolyomi.

Mu ngeri y'emu, mulimu gwa mulyolyomi okutuleetera okukola ebibi, era abo abakola ebibi bajja kufuuka baana ba mulyolyomi.

N'olwekyo, "laba omulyolyomi oyo agenda okusuula abamu mu mmwe mu kkomera, mukemebwe." kitegeeza omulyolyomi ajja kuwamba emitima gy'abamu ku bantu ababi okusobola okubakozesa emirimu emibi. 'Ekkomera' kye kifo omuntu gy'alaga okusasulira ebibi by'akoze. N'olwekyo, okubaayo ekkomera kitegeeza nti waliyo etteeka n'oyo asala emisango.

Okusasulira Ebibi omuntu by'akoze kiba mu Mitendera gya Njawulo Okusinziira ku Bunene bw'Ekibi n'Ekigero ky'Okukkiriza Omuntu Kyalina

Ne mu nsi muno, mulimu amateeka, era tusalirwa omusango okusinziira ku bunene bw'omusango gwe tuzizza. Era bwe kityo bwe kiri ne mu nsi ey'omwoyo, bwe tutambulira mu mazima, tujja kukuumibwa Katonda, Naye bwe tutyoboola amazima, omulabe setaani n'omulyolyomi bajja kutuleetera ebigezo n'okusoomoozebwa. Kitegeeza nti tujja kusasulira ebibi byaffe.

Naddala, wajja kubaayo okusasulira ebibi byaffe bwe tunaakola emirimu egy'omubiri, nga bino bye bibi ebiteekebwa mu nkola. Agenda okusuula abamu mu mmwe mu kkomera, " mukemebwe" kitegeeza.

Ebigezo n'okusoomozebwa biba bya njawulo okusinziira ku bunene bw'ekibi, wabula era biba bya njawulo okusinziira ku kigero ky'okukkiriza omuntu kyaliko. Wadde ekibi kiyinza okuba kye kimu, ekibonerezo kijja kubeera kya njawulo olw'abantu ab'enjawulo abalina ekigera okukkiriza eky'enjawulo.

Lukka 12:47-48 wagamba, "N'omuddu oyo eyamanya mukama we kye yayagala, n'atategeka n'atatuusa kye yayagala, alikubwa mingi, naye ataamanya n'akola ebisaanidde okumukubya alikubwa mitono, na buli eyaweebwa ebingi, alinoonyezebwako bingi, n'oyo gwe baateresa ebingi, gwe balisinga okubuuza ebingi."

'Eyaweebwa ebingi' kitegeeza abo abalina okukkiriza okunene. Ku ludda olumu, abo abatamanyi kwagala kwa mukama waabwe be bantu ab'okukkiriza okutono. Katonda ajja kusaba bingi okuva ku bantu abamanyi okwagala kwa mukama waabwe naye ne batakutambuliramu, kwe kugamba abo abalina okukkiriza okungi naye nga tebagoberera kwagala kwa Katonda.

Yakobo 3:1 wagamba, "Temubeeranga bayigiriza bangi baganda bange, era nga mumanyi nga tulisalirwa omusango ogusinga obunene." Bwe tuba n'okukkiriza okusinga abalala era nga tutuuse n'okuba abasomesa, ddala tulina okutambulira mu kigambo kya Katonda.

Ekitali ekyo, tusobola okusisinkana ebigezo n'okusoomozebwa. Era obunene bw'ekigezo bujja kubeera bwa njawulo okusinziira ku ku kigero ky'okukkiriza kwaffe. Mu mbeera ezimu, ebigezo biggwaawo amangu ddala nga twakeenenya era ne tukyuka okubivaamu. Mu mbeera endala, ne bwe tumala okwenenya, tujja kusasulira ekibi kye tukoze.

Nga bwe kyali ku Kabaka Dawudi, eyali omusajja alubirira omutima gwa Katonda, y'ezza mukyala w'omu kubalwanyi be. Era olwagira n'amuteeka olutalo we lwali lusinga okunyinyitira asobole okuttibwa. Olwa kino, ne bwe yali nge yeenenyeza, yalina okusisinkana obuzibu obw'amaanyi. Gamba nga, yalina okudduka ku mwana we Abusolomu. Yalumwa nnyo, okukkiriza kwe kwali kunene, n'ekibonerezo kyali kinene.

'Ennaku ekkumi' kitegeeza ebika by'ebigezo byonna n'okusoomozebwa. Omuwendo kkumi kiraga obujjuvu mu kubala. kitegeeza 'ebika byonna.' N'olwekyo, 'ebigezo okumala ennaku kkumi' kabonera akalaga buli kika kya kigezo kye tuyitamu ku nsi kuno.

Engeri Y'okuva mu Kugezesebwa

Bayibuli erimu amakubo gonna ku ngeri gy'oyinza okufunamu emikisa, nekituleetera okubonaabona n'ebizibu saako ebigezo.

Abakkiriza abamu bagamba nti balina okukkiriza. Naye ate bakyagenda mu maaso n'okwonoona era nga n'olunaku lwa ssabbiiti tebalukuuma nga lutukuvu lwonna, oba tebawaayo kimu kya kkumi, nga bye bintu ebisookerwako mu Bulamu Obw'ekikristaayo. Kale bwe batyo ne babonaabona n'ebigezo bingi n'okusoomozebwa. Kituufu, si nti tujja kukuumibwa mu buli kintu olw'okuba tukuuma olunaku olwa ssabbiiti n'okuwa ekimu eky'ekkumi.

Bwe kiba ku bakkiriza abaggya, abaakajja mu Bukristaayo, bwe bakuuma olunaku olwa ssabbiiti nga lutukuvu era ne bawaayo n'ekimu eky'ekkumi, Katonda ajja kukitwala ng'okukkiriza era abakuume. Naye mw'abo abalina okubaako n'ekigera ky'okukkiriza ekiwera, kiba kya njawulo. Okukkiriza kwabwe bwe kugenda kukula, balina okuba nga balaga ebikolwa ebituukiridde.

Okukkiriza kwabwe bwe kugenda kukula, wajja kubaawo ebigezo n'okulongoosebwa okusobola okubatwala mu kukkiriza okusingawo. N'olwekyo, balina okuyimirira ku mazima mu bujjuvu. Tetulina kufulumya bigambo bitali by'amazima ebiyinza okuganya Setaani okutulumbagana. Tulina okugezaako okuba ne ddembe n'obutuukirivu na buli muntu. Kiba bwe kityo lwakuba, okukkiriza kwaffe bwe kugenda kukula, Setaani naye ajja kugezaako okutulumbagana ne mu buntu obutono okusobola okututaataaganya.

Okusinga byonna, ekintu ekisingayo obukulu kwe kuba nti tulina okwenenya ebibi byaffe tusobole okumenya ekisenge ky'ebibi ekiri wakati waffe ne Katonda. Olwo, tulina okukyuka era tukolerera obwakaba bwa Katonda mu bwesigwa. Katonda tayagala bwesigwa bwa mubiri wabula obw'omwoyo.

Yesu bwe yagamba Ekkanisa ya Sumuna nti babeere nga beesigwa okutuuka okufa, si bwesigwa bwokka obw'okwerekereza obulamu obw'ensi wabula n'obwesigwa obw'omwoyo. Olwo, kitegeeza ki okuba omwesigwa okutuuka okufa?

Okubeera Omwesigwa Okutuuka Okufa kwe Kukkiriza Okw'omujjulizi

Eky'okulabirako, omukungu bw'aba omwesigwa eri kabaka w'eggwanga, kitegeeza asobola okuwaayo obulamu bwe ku lwa kabaka n'ensi ye. Mu ngeri y'emu, okuba omwesigwa mu bwakabaka bwa Katonda kwe kuba ng'osobola okuwaayo n'obulamu bwaffe. Kwe kukola ennyo n'okukkiriza okw'omujjulizi.

Naye tetulina kulowooza nti kino kyogera ku bujjulizi obw'omubiri nga tuwaayo obulamu bwaffe bwe tulaba. Ekisinga obukulu bwe bujjulizi obw'omwoyo.

Okuwaayo obulamu mu Mwoyo kwe kulwana okweggyako buli kibi na buli kika kya bubi, nga tubyeggyako, era bwe butekkiriranya na nsi okusobola okwagala n'okusanyusa Katonda.

Mu ngeri y'emu, bwe tulwana ne tufuba okweggyako ebibi byonna, tetujja kuba na 'kwemanya' mu ffe. Ekigambo kya Katonda kyokka, n'amazima, bye bijja okuba mu ffe, era tujja kukuuma ebigambo byonna ebiri mu bitabo 66 ebya Bayibuli.

Nga omutume Pawulo bwe yayogera mu 1 Abakkolinso 15:31 ng'agamba "Nfa bulijjo," 'omuntu waffe ow'omunda' bw'afiira ddala era ne tweggyako buli kika kya bubi, olwo nno tujja kusobola okutuukiriza obuvunaanyizibwa bwaffe mu bwesigwa. Tujja kusobola okusaba mu maziga n'okwagala olw'emmeeme ezifa.

Obwesigwa obw'omwoyo kwe kuba nga tutukuza emitima gyaffe era tutuukirize obuvunaanyizibwa bwaffe obw'okuwaayo obulamu bwaffe bwonna okuva ku ntobo y'omutima omulongoofu.

Olwaleero, kirabika nga nti tetusobola kulaga kukkiriza kwaffe okw'okufa ng'abajjulizi era tuyinza okulowooza nti tetulinaayo mukisa okukebera oba nga tulina okukkiriza nga okw'omujjulizi. Lwakuba tetubuulira njiri mu nsi gy'etakkirizibwa oba mu nsi esingamu abasiraamu.

Naye si bwe kiri. Katonda atuganya okukebera oba tulina okukkiriza okufaanana ng'okw'abajjulizi ng'atuganya okuyita mu mbeera ezifaanana ng'omuntu afudde ng'omujjulizi. Kituufu, okukkiriza kwaffe bwe kuba tekusobola kuwangula kigezo ekyo, tetujja na kusisinkana kigezo ng'ekyo.

Yakobo 1:12 wagamba, "Alina omukisa omuntu agumiikiriza okukemebwa, kubanga bw'alimala okusiimibwa aliweebwa engule ey'obulamu, Mukama waffe gye yasuubiza abamwagala."

Gamba nga, engule ey'obulamu tejja kumala gagabirwa buli muntu wabula abo bokka abawangudde ebigezo era nga bakkiriziddwa Katonda.

Si kuba nti tusobola okukkirizibwa Katonda kasita tuba nga tumaze okuyita ekigezo kimu bumu. Abo bokka abalongoofu abayimirira ku jjinja ery'okukkiriza era ne baba n'omutima omunywevu ogutakyukakyuka. Be bantu abatanyeenyezebwa nga ba nnampawengwa mu mbeera yonna.

Engule Ey'obulamu Egabibwa Omuntu Omwesigwa Okutuuka Okufa

Engule ey'obulamu egabibwa singa omuntu awangudde ebigezo ebya buli kika era nga mwesigwa okutuuka okufa. Eky'amazima, eweebwa abo abagenda mu bwakabaka obw'okusatu obw'omu ggulu, Ku bifo eby'okubeeramu ebisangibwa mu bwakabaka obw'omu ggulu.

Okutegeera kino tujja kuba tulina okwekeneenya ebifo eby'okubeeramu ebiweebwa abantu abalina ebigero by'okukkiriza ebyenjawulo.

Katugambe waliyo omuntu alina okukkiriza okumufunisa obufunisa obulokozi, ate nga waliwo omuntu omulala abadde omwesigwa okutuuka okufa. Singa abantu bano bombi bayisibwa kye kimu mu bwakabaka obw'omu ggulu? Tekyandibadde kya bwenkanya. N'olwekyo, Katonda atuwa ebifo eby'okubeeramu bya njawulo n'empeera okusinziira ku gye tukomye okutambulira mu kigambo kya Katonda ku nsi kuno.

Ekisooka, abo abayita ku lugwanyu okulokolebwa bajja kuyingira mu Lusuku lwa Katonda, era tebajja na kufuna ngule yonna. Baali balina okukkiriza okubafunisa bulokzoi kyokka, naye tebeeterekera mpeera yonna ey'omu ggulu nga bakyali ku nsi kuno.

Eky'okubiri, abo abagenda mu Bwakabaka Obusooka Obw'omu ggulu bajja kufuna "Engule Etayonooneka" eyayogerwako mu 1 Bakkolinso 9:25. Baalina okukkiriza okwabasobozesa okutambulira mu kigambo kya Katonda era baagezaako okwefuga ne bateenyigira mu bintu eby'ensi eno ebiggwawo. Eyo yensonga lwaki bajja kuweebwa "Engule etayonooneka."

Abo abagenda mu Bwakabaka Obw'okusatu Obw'omu Ggulu bajja kuweebwa "Engule Ey'ekitiibwa" (1 Peetero 5:4). Kubanga baatambulira mu bulamu obuweesa Katonda ekitiibwa, bajja kufuna Engule Ey'ekitiibwa.

Ekiddako, bwe Bwakabaka Obw'okusatu Obw'omu ggulu nga kino kye kifo ky'abo abegiddeko ddala obubi era nga baalina okukkiriza okw'okwagala Katonda mu ngeri esingirayo ddala. Abantu bano bajja kuweebwa Engule Ey'obulamu, nga nayo yasuubizibwa, Ab'ekkanisa y'e Sumuna singa babaako obukwakkulizo bwe batuukiriza.

Ekisembayo, kye ky'abo abatakoma ku kutuukirira mu mbeera yonna wabula ng'era beesigwa mu byonna mu nnyumba ya Katonda era nga bajja kufuna Engule Eya zaabu (Okubikkulirwa 4:4), ne Ngule Ey'obutuukirivu (2 Timoseewo 4:8).

Okwongera kw'ebyo, waliyo n'engule ez'ebika ebirala bingi mu ggulu ez'okuweebwa buli muntu ssekinnoomu okusinziira ku kyakoze.

Abaruumi 8:35 wagamba, "Ani alitwawukanya n'okwagala kwa Kristo? Kulaba nnaku, oba kulumwa, oba kuyigganyizibwa, oba njala, oba kuba bwereere, oba kabi oba kitala?" Bwe tuba tulina okwagala okuyaayaanira Katonda nga omutume Pawulo bwe yali, olwo tusobola okuba abeesigwa okutuuka okufa olw'ekkanisa, omubiri gwa Mukama.

Era, tujja na kugenda ku ddaala ery'ebuziba okufuna okwagala kwa Katonda era tumuwe ekitiibwa mu maanyi.

Ekisuubizo kya Mukama Ekyaweebwa Ekkanisa ya Sumuna

Alina okutu awulire Omwoyo ky'agamba Ekkanisa. Awangula talirumwa n'akatono kufa kwa kubiri (Okubikkulirwa 2:11).

Abakkiriza b'Ekkanisa ye Sumuna baali babonyeebonye era nga baali bakyabonaabona olw'erinnya lya Mukama, naye Mukama teyababudaabuda bubuzibuzi ng'agamba nti, "Mmanyi okubonaabona kwammwe. Naye mugumemu ko."
Wabula, Yabawa amagezi okubeera abeesigwa n'okusinga bwe babadde, okutuuka ne ku ssa ery'okufa. Kino kyali kyakubaweesa mikisa gisingawo n'empeera ezisingawo. Okubonaabona kwonna n'ebigezo Ekkanisa ye Sumuna bye yayitamu byali bijja okufuuka emikisa era empeera gye bali.
Naye mu kuwangula obuwanguzi ebigezo n'okugezesebwa, Tetusobola kutenderezebwa Katonda. Ajja kututendereza singa tunaakola ebintu ebissukuluma ebyo bye tulina okukola.

Kitegeeza, nti kimugwanira omwana wa Katonda okubonaabona n'ebigezo saako okuyigganyizibwa olw'erinnya lya Mukama. N'olwekyo, mu kifo ky'okubawa ekigambo ekibawuliza obulungi, Mukama yabagamba okubeera abeesigwa okutuuka ku ssa ery'okuyibwa omusaayi, babeera nga basobola okufuna emikisa egisingawo n'empeera ennyingiko. Bino byali bigambo bya Katonda eby'okwagala kwa Katonda.

Tulina Okussaayo Omwoyo eri Ekigambo kya Katonda

Wadde Katonda atuwa ekigambo Kye eky'okusuubiza, kiba tekigasa singa tuba tetukitaddeko mwoyo. Nga bwe wagamba, "Endiga Zange ziwulira eddoboozi Lyanga, nange nzitegeera, era zingoberera" (Yokaana 10:27), Abaana ba Katonda abafunye Omwoyo Omutukuvu balina okuwuliriza Omwoyo Omutukuvu kyabagamba. Eyo yensonga lwaki Mukama yagamba Ekkanisa ye Sumuna, "Oyo alina okutu awulire Omwoyo kyagamba ekkanisa" (olu. 11).

Okutu okw'omubiri si kwe kwokka okuwulira eddoboozi. Kitegeeza nti tulina okuba n'amatu ag'omwoyo okusobola okutegeera amazima. Tulina okubeera n'amatu ag'omwoyo okusobola okuwulira Omwoyo Omutukuvu oyo atulung'amya eri amazima n'atumanyisa omutima gwa Katonda n'okwagala Kwe. Olwo lwokka lwe tunaasobola okutegeera amakulu agali mu kigambo kya Katonda ekyo ekibuulirwa.

Ekika ky'amatu ag'omwoyo gano gajja kwongera okuwulira gye tunaakoma okweggyako obubi okuva mu mitima gyaffe.

Obubi gye bukoma okubeera mu mitima gyaffe, n'amatu gaffe ag'omwoyo gye gakoma obutawulira. Olwo nno, tetujja kutegeera kigambo kya Katonda bwe tukiwulira, era tuba tetusobola kulung'amizibwa Mwoyo Mutukuvu.

Naye tusobola okubeera n'obubi mu mutima ne tutasobola kuwulira bulungi ddoboozi lya Mwoyo Mutukuvu. Wabula ne mu mbeera eno, bwe tumala gagondera ekigambo kya Katonda ne 'Ye' saako 'Amiina,' tujja kutuuka mangu ddala ku ddaala we tuwulirira eddoboozi ly'omwoyo Omutukuvu obulungi ddala. Olwo nno, tujja kuba n'obusobozi okutegeera ebintu okusinziira ku kigambo kya Katonda, tusobole okuwangula ekika ky'ekigezo kyonna, okugezesebwa oba okukemebwa.

'Oyo awangula' kitegeeza abo abalwanyisa ekibi n'obubi n'ekigambo kya Katonda nga bwe kiri waggulu. Mukama yagamba nti omuntu ow'ekika kino talirumwa nakatono kufa kwa kubiri. Olwo, okufa okw'okubiri kwe kuliwa, era okulumwa okufa okw'okukubiri kye kiki?

Talirumwa Kufa kwa Kubiri

Katonda waffe bwayita omwoyo gwaffe, omubiri gwaffe gukyka ne gufuuka omulambo ogunyogoga. Bwe wayitawo ekiseera, gujja kuddayo mu nfuufu. Obulamu bwaffe obw'oku nsi bwe butuuka ku nkomerero bwe buti, kwe kufa okusooka.

Era okufa okw'okubiri ye ssaawa ng'omyoyo gwaffe, mukama w'omuntu, asuulibwa mu muliro gwa ggeyeena ogw'olubeerera.

Mu kitabo ky'okubikkulirwa, tusobola okulaba nti amannya agaawandiikibwa mu Kitabo eky'obulamu n'ago gasobola okusangulibwamu, era abantu bano bajja kusuulibwa mu nnyanja ey'omuliro.

Ne ndaba abafu, abakulu n'abato, nga bayimiridde mu maaso g'entebe, ebitabo ne bibikkulwa, n'ekitabo ekirala ne kibikkulwa, kye ky'obulamu, abafu ne basalirwa omusango mu ebyo ebyawandiikibwa mu bitabo, ng'ebikolwa byabwe bwe byali. N'enyanja n'ereeta abafu abalimu, n'okufa n'Amagombe ne bireeta abafu abalimu ne basalirwa omusango buli muntu ng'ebikolwa byabwe bwe byali. N'okufa n'Amagombe ne bisuulibwa mu nnyanja ey'omuliro. Eyo kwe kufa okw'okubiri, ennyanja ey'omuliro. Era omuntu yenna ataalabika ng'awandiikiddwa mu kitabo eky'obulamu, n'asuulibwa mu nnyanja ey'omuliro (Okubikkulirwa 20:12-15).

Abo abatambulira mu gatali mazima ne mu kibi, kwe kugamba abo abatatambulira mu kigambo kya Katonda era nga tebawangudde, bajja kubonaabona n'okufa okw'okubiri; bajja kubonaabona olubeerera mu muliro ogw'olubeerera.

Naye abo abatambulira mu kigambo kya Katonda, abo abatanyeenyezebwa ne mu bigezo wamu n'okusoomozebwa naye ne babiwangula, tebajja kulumwa mu kufa okw'okubiri; bajja kufuna obulamu obutaggwaawo.

Katonda ekigambo kino yakigamba Ekkanisa y'e Sumuna Kubanga tayagala abo bokka abanaagenda mu nsi ye North Korea, wabula n'abasomi bonna b'obubaka Bwe okuwangula ebigezo byonna, okubeera abeesigwa okutuuka ku ssa ery'okufa, n'okufuna Engulu Ey'obulamu.

Era, Mukama atugamba okubuulira abo abatamanyi mazima era nga bali mu kkubo ery'okufa; tulina okubuulira mu buvumu bale okutya okugezesebwa, wabula bafune obulokozi nga bagoberera amazima. Buno buvunaanyizibwa obwatuweebwa ffena. Omuntu yenna oba ekkanisa etuukiriza obuvunaanyizibwa buno mu bwesigwa bajja kufuna emikisa gya Katonda n'empeera ez'omu ggulu ez'olubeerera. Tetulina kwerabira kino wano. Mu 1 Timoseewo 5:22 wagamba, "Toyanguyirizanga kussaako mikono ku muntu yenna, so tossanga kimu na bibi by'abantu abalala, weekuume obeerenga mulongoofu." Tetulina kunafuwanga mu kwetukuza n'okwerongoosanga.

"Era Katonda ow'emirembe Yennyini abatukulize ddala, era omwoyo gwammwe n'obulamu n'omubiri byonna awamu bikuumibwenga awatali kunenyezebwa mu kujja kwa Mukama waffe Yesu Kristo" (1 Abasessaloniika 5:23). Nga bwe kyogeddwa, katutuukirize okutukuzibwa, nga tetulina bbala lyonna wadde olufunyiro, tusobole okuyingira mu Yerusaalemi Empya.

ESSUULA 3

EKKANISA YA PERUGAMO
- Bawoze era Baddugadde Olw'enjigiriza Ey'obulimba

Ekkanisa y'e Perugamo yatenderezebwa olw'okukuuma okukkiriza ne wakati mu kuyigganyizibwa ne mu mbeera enzibu. Naye baanenyezebwa olw'okuba mu bo mwalimu abakkiriza abaali bagoberera enjigiriza ya Nikolayiti. Obubaka buweebwa ekkanisa zonna eza leero eziwoze era nga zekkiriranya n'ensi, oba nga zigoberera enjigiriza ezeegaana Kristo.

Okubikkulirwa 2:12-17

Era eri malayika ow'ekkanisa ey'omu Perugamo wandiika nti: Bw'ati bw'ayogera oyo alina ekitala ekisala eky'obwogi obubiri, nti: 'Mmanyi gy'otuula awali entebe ey'obwakabaka eya Setaani; era okwata erinnya lyange, so teweegaana kukkiriza kwange era ne mu nnaku za Antipa, omujulirwa wange omusajja wange mwesigwa, eyattirwa ewa mmwe, Setaani w'atuula. Naye nnina ensonga ku ggwe si nnyingi kubanga olina eyo abakwata okuyigiriza kwa Balamu, eyayigiriza Balaki okuteeka enkonge mu maaso g'abaana ba Isiraeri, okulya ebyaweebwa eri ebifaananyi n'okwenda. Era naawe bwotyo olina abakwata okuyigiriza kwa Banikolayiti. Kale weenenye, naye bw'otalyenenya, njija gy'oli mangu, era ndirwana nabo n'ekitala eky'omukamwa kange. Alina okutu awulire Omwoyo ky'agamba ekkanisa. Awangula ndimuwa ku maanu eyakwekebwa, era ndimuwa ejjinja ejjeru, era ku jjinja kuwandiikiddwako erinnya eriggya, omuntu yenna ly'atamanyi wabula aweebwa.'

Ebbaluwa ya Mukama eri Ekkanisa ya Perugamo

Era eri malayika ow'ekkanisa ey'omu Perugamo wandiika nti: Bw'ati bw'ayogera oyo alina ekitala ekisala eky'obwogi obubiri, nti: (Okubikkulirwa 2:12).

Perugamo kyatandika okwogerwako mu byafaayo mu biseera bya Lisimacosi, ng'ono yali omu ku bakulu b'eggye mu biseera bya Alexander the Great. Yalaba nti mu kifo kino mwali musobola okukuumirwa eggye eddene ery'amaanyi era n'atandika okukikulaakulanya. Okuva kw'olwo, ne kifuuka ekifo Abayonaani we bakoleranga emikola gy'obuwangwa bwabwe. Mu by'obuwangwa kyali ku ddaala lye limu nga erya Alexandria, ekibuga omwasinganga okukolerwa eby'obuwangwa mu byafaayo.

Perugamo kyali ekibuga omuli amawanga amangi ag'enjawulo. Okusinza ebifaananyi kwali kungi mu bantu nti essabo lya Asikolopi lyali ng'eddwaliro.

Bwe kyali kikulaakulana ng'erimu ku ssaza ly'Obwakabaka bwa Baruumi, baazimba amasabo mangi mwe basinziza Kabaka w'Abaruumi. Awo Abakristaayo abaali tebasinza Kabaka baatandika okuyigganyizibwa.

Ekkanisa ya Perugamo yazimbibwa wakati mu kuyigganyizibwa okungi. Baakuuma okukkiriza kwabwe mu ntandikwa, naye Obwakabaka bw'Abaruumi bwe bwakkiriza Obukristaayo okuba eddiini y'ensi eyo entongole, ate ne batandika okufuuka ab'ensi. Yensonga lwaki baafuna okutenderezebwa n'okunenyezebwa okuva eri Mukama.

Mukama Alina Ekitala Ekisala Eky'obwogi Obubiri

Ebbaluwa eri Ekkanisa ya Perugamo etandika bweti, "Era eri malayika ow'ekkanisa ey'omu Perugamo wandiika nti: Bw'ati bw'ayogera oyo alina ekitala ekisala eky'obwogi obubiri, nti:" (olu. 12). Etandika ng'eraga Oyo asindika ebbaluwa eno ne gwe bagisindikira.

Malayika w'ekkanisa, kitegeeza omusumba w'ekkanisa. Ekitala eky'obwogi obubiri kabonero akalaga ekigambo kya Katonda. Abaebbulaniya 4:12 wagamba, "Kubanga ekigambo kya Katonda kiramu, era kikozi, era kisala okusinga buli kitala kyonna eky'obwogi obubiri, era kiyitamu n'okwawula ne kyawula obulamu n'omwoyo, ennyingo n'obusomyo, era kyangu okwawula okulowooza n'okufumiitiriza okw'omu mutima."

Oyo alina ekigambo kya Katonda ekiringa ekitala ekisala eky'obwogi obubiri ye Yesu Kristo. Yokaana 1:14 wagamba, "Kigambo n'afuuka omubiri, n'abeerako gye tuli, ne tulaba ekitiibwa Kye, Ekitiibwa ng'eky'oyo eyazaalibwa omu yekka Kitaffe, ng'ajjudde ekisa n'amazima." Yesu ye Omwana wa Katonda era Ekigambo eky'akka wansi ku nsi kuno mu mubiri.

Era nga bwe kyayogerwa mu kitundu ekisembayo ekya Yokaana 1:1, "Kigambo n'aba Katonda," Yesu Ali omu ne Katonda nga Ye Kigambo kye nnyini. Yesu, Omwana wa Katonda, eyakka ku nsi kuno mu mubiri ye Katonda Yennyini mu butonde. Ye Mukama w'ebintu byonna mu ggulu ne ku nsi. Ye Kabaka wa bakabaka era Mukama wa bakama.

Olwo, ekigambo kya Katonda, ekisala eky'obwogi obubiri, kitukolako kitya?

Engeri Ekigambo kya Katonda gye Kitukolako

Tewali kitabo kyonna mu nsi muno kirina bulamu oba amaanyi okukola omulimu. Okujjako ekigambo kya Katonda ekiramu. Ekigambo kya Katonda kyokka kye kirina obulamu, era bwe tukikkiriza era ne tukitambuliramu, kale kikolebwa nga bwe kyawandiikibwa. Kiraga emirimu gy'obulamu, omulimu ogw'okuzuukiza emmeeme ezibadde zifudde.

Zabuli 37:4 wagamba, "Era sanyukiranga mu MUKAMA; Naye anaakuwanga omutima gwo bye gusaba." Okusanyukira mu Katonda, Tulina kusooka kusanyusa Katonda. Olwo nno, ne tusobola okufuna okuddibwamu (Engero 11:20; 12:22; 15:8; Abaebbulaniya 11:6). Bwe tukkiririza mu kigambo kino era ne tukitambuliramu, tufuna okuddibwamu. Olwa kino, ddala tusobola okutegeera nti ekigambo kya Katonda kiramu.

Era, ekigambo kya Katonda kiringa ekitala ekisala ennyo, ekiyitamu n'okwawula ne kyawula obulamu n'omwoyo, ennyingo n'obusomyo. Emmeeme, mu bujjuvu bwayo, etegeeza akuuma akatereka ebyo byonna ebibaddewo mu bwongo bw'omuntu, amagezi omuntu oyo galina, n'engeri y'okugakozesaamu. Omwoyo kye kintu ekitakyukakyuka era tekivunda, wabula kya lubeerera. Omwoyo bwe bulamu era amazima gennyini.

Abantu bakolebwa omwoyo, emmeeme, n'omubiri. Mu kusooka, omwoyo gwe gwafuganga emmeeme n'omubiri. Naye olw'ekibi kya Adamu, omwoyo eyali mukama w'omuntu, n'afa, era ne guterekebwa muli mu mmeeme.

Naye omuntu yenna bwakkiriza Yesu Kristo ng'Omulokozi we, ajja kufuna ekirabo ky'Omwoyo Omutukuvu era omwoyo gwe ogwali gw'afa gujja kuzuukizibwa. Era, omuntu gyakoma okweggyako emmeeme eyagatali mazima, gamba nga okumanya okutaliimu mazima, okuyita mu kigambo kya Katonda, omwoyo gwe gye gukoma okukula era omwoyo gwonna ne gukomawo nate.

"Ennyingo" Kisitudde Amakulu Ag'ebintu Bingi Ebyatondebwawo 'Omuntu Byalaba Nga Bye Bituufu'

Bwe kityo, ekigambo kya Katonda kimenyaamenya agatali mazima ag'emmeeme era ne kiwa amaanyi omwoyo okutandika okukola. Era kijja na kwawula wakati w'ennyingo n'obusomyo. Wano 'ennyingo' si ze nnyingo ze tulaba ez'amagumba. Kabonero akalaga endowooza ez'omwoyo omuntu zeyeekoledde.

Endowooza omuntu zeyeekoledde zikolebwa okuva mu bintu omuntu by'alaba, byawulira, n'okuyiga. Kale, zibaamu ebitaliimu mazima bingi. Endowooza zino zijja 'singa omuntu kyayita amazima' kinywezebwa. 'Omuntu byatwala nga ge mazima' bye byo omuntu byalowooza nti bye bituufu okusinziira ku ngeri gy'alabamu ebintu.

Mu bantu abamu, engeri gye bakwatamu ebintu bayinza okulowooza nti yengeri entuufu ebintu gye birina okukolebwamu. Mu mbeera endala, amagezi gaabwe, okusoma kwabwe, bye baagala, emize, n'engeri gye beeyisaamu bisobola okulowoozebwa nti bye bituufu. Bwe tuba nga tutaddewo endowooza zino, tusobola okusoowagana n'abalala singa endowooza zaabwe za njawulo ku zaffe. Tusobola okukaluubirira abalala era ebiseera ebisinga tutera okubakolokota nga tetubategedde.

Kino tusobola okukiraba mu bulamu bwaffe obwa bulijjo mu ngeri ez'enjawulo. Eky'okulabirako, mu mbeera ng'omuntu yeerwanyeeko yekka n'abaako watuuka mu bulamu, era nga talina muntu yenna gwasobola okugabana naye omutima gwe, olwo nno bayinza okuba n'obuzibu mu kukolagana n'abalala. Embala ye ey'okwemalira ebintu bye yekka efuuka engeri y'okukolamu ebintu gyalowooza nti yentuufu era tasobola kumala gasemberera bantu balala mu kwetaaya.

Mu mbeera ng'eno, abantu abalala abamwetoolodde bwe babeera beetaaya bulungi n'abalala, basobola obutamutegeera. Bayinza okumukolokota nga bagamba, "Omuntu oyo yeefaako yekka ate mwattu yeemanyi."

Naye omuntu alina ebyo byakkiririzaamu ennyo nti bye bituufu bwatabiraga kungulu. Kitegeeza nti takalambira ku bintu ebyo byalowooza nti bye bituufu, era abeera tasoowagana nnyo na balala. Wabula, omuntu ow'ekika kino bw'aba takkiriza kuwabula kuva wa muntu yenna, kale kiba kimubeerera kizibu ye okukyuka.

Mu ngeri y'emu, ekigambo kya Katonda kyokka kye kiyinza okumenyaamenya endowooza ez'enjawulo eziyitibwa entuufu. Naye omuntu bw'aba ne byakkiririzaamu nga byagundiira nnyo mu ye era n'ataggulawo mutima gwe, Ekigambo kya Katonda tekiyinza kumukakaatibwako.

Okujjako ng'omuntu agguddewo omutima gwe ekigambo kya Katonda lwe kiyinza okuyingira mu mutima gwe ne kigukyusa. Kiri bwe kityo lwakuba enkola za Katonda za bwenkanya.

Bwe tukkiriza nti tulina endowooza zaffe zetukkiririzaamu, ne tuggulawo emitima gyaffe mu bwetowaaze, era ne tuba n'endowooza ey'okukkiriza ekigambo kya Katonda, awo Katonda asobola okumenyaamenya n'ezo endowooza ezagundiira ennyo mu ffe n'ekigambo Kye.

'Obusomyo' Kabonero Akalaga Ekika ky'Obubi Obuli Munda Ddala mu Mutima gw'Omuntu

Obusomyo bugonvu, era busangibwa wakati mu magumba agamu era bwe buyamba okutambuza ebintu ebyenjawulo okuva ku kugumba erimu okudda ku ddala mu mubiri. Mu by'Omwoyo, kitegeeza ekibi n'obubi obuli munda ddala. Nga obusomyo bwe busangibwa munda mu magumba, waliwo ebika by'ebibi ebisangibwa munda ennyo mu mutima gw'omuntu.

Tusobola okwanguyirwa okutegeera n'okuzuula obubi obulabibwa ku ngulu. Naye tetutera kumanya bubi obuli munda ddala mu kikula kyaffe. Tutera okulowooza nti tetulina buggya wadde ensaalwa, naye mu mbeera eyitiridde, tusobola okuzuula obubi obubadde bwekwese munda ddala nga bufubutukayo.

Bwe kityo bwe kyali ne ku Yobu mu Ndagaano Enkadde. Yobu yali tamanyi nti alina obubi bwonna. Era nga ye alaba nti yali atuukiridde mu bikolwa ne mu mutima. Naye ate nga ddala yalina obubi obwali busimbiddwa munda ddala mu kikula kye. Eyo yensonga, Setaani bwe yamulumbagana, Katonda yakkiriza ebigezo okumutuukako asobole okutegeera obubi bwe.

Yabonaabona nnyo: yafiirwa abaana be bonna n'obugagga bwe bwonna. Obulumi bwali bungi obuva ku mayute agaamukuba omubiri gwonna. Awo, obubi bwe, bwe yali tamanyi nti abulina, ne butandika okufubutukayo. Mu kiseera ekyo, Katonda n'amunyonyola nti yali alabye obubi bwe. Yeenenyeza ddala era bwatyo nabweggyako. Awo n'agenda ne kumutendera ogw'omwoyo ogw'ebuziba. Obugaga bwe yalina mu kusooka bwekubisaamu emirundi ebiri.

Endowooza n'okukkiririza mu bintu ebirowoozebwa nti bye bituufu, nga 'ennyingo' ne 'Obusomyo,' kitundu ku mubiri. Bisobola kugibwaawo na kitala ky'ekigambo kya Katonda kyokka. Okuggyako nga tumenyeemenye endowooza ze tulowooza nti ze ntuufu lwe tuyinza okufuuka abaana ba Katonda abatuukirivu.

Naye si buli mubuulizi nti asobola okuyitamu n'ayawula ennyingo ku busomyo. obubaka bulina kubeera bwa mwoyo okusobola okukola ekyo. Era, omubuuliza abeera alina okuba n'obuyinza ku bigambo bye.

Ebigambo ebiva eri Mukama, nga yalina obuyinza ku kigambo ekiringa ekitala ekisala ennyo eky'obwogi obw'emirundi ebiri, eri Ekkanisa ya Perugamo kiweebwa ekkanisa zonna eza leero.

Embeera Eziriwo Kati nga Ziringa Ezaali Mu Kanisa ya Perugamo

Obubaka obwaweebwa ekkanisa ya Perugamo bubaka bwa kanisa n'abakkiriza abawoze, n'abo aboonooneddwa enjigiriza ezeegaana Kristo. Bw'abo abakoowoola erinnya lya Katonda naye ate ne beegaana Yesu Kristo, n'abo mu bukalabakalaba abakyusa ekigambo kya Katonda.

Tebeerimba bokka na bokka wabula basendasenda n'abalala mu kukkiriza endowoozo ez'obulimba. Abantu ng'abo Mukama tabakyaye. Ali mu kumulisa omusana Gwe ku ndowoozo zino ez'obulimba n'ekigambo kya Katonda ekyo ekiringa ekitala ekisala ennyo eky'obwogi obubiri. Mukama yabawa ekigambo Kye basobole okwenenya era bakyuke basobole okulokolebwa.

Ku lunaku olw'omusango, omuntu ayinza okwewolereza ng'agamba nti yali tamanyi. Naye ebikolwa byabwe n'ebigambo bwe birimulisibwamu ekigambo kya Katonda, agatali mazima gaabwe gajja kubikkulibwa bulungi.

Wadde bayinza okuba nga babuulira ekigambo kya Katonda era nga balina ekikula ky'ekkanisa kungulu, enjigiriza ez'obulimba nkola za Setaani. Babaako bwe bakyusa amakulu g'ekigambo kya Katonda.

Tulina okutegeera enjigiriza ez'obulimba nga tetukozesa kipimo ky'abantu, wabula na kigambo kya Katonda kyokka. Naye nga ekiriwo kiri nti, ekkanisa zigenda zeyongera obungi ezisalira abalala emisango n'okubakolokota nti baabulimba, olw'okuba enjigiriza zaabwe zaawukanamu katono.

Ekipimo Okupimirwa Enjigiriza Ez'obulimba mu Bayibuli

2 Peetero 2:1 wagamba, "Naye era ne wabaawo ne bannabbi

b'obulimba mu ggwanga, era nga ne mu mmwe bwe waliba abayigiriza b'obulimba, abaliyingiza mu nkiso obukyamu obuzikiriza, era nga beegaana ne Mukama waabwe eyabagula, nga beereetera okuzikirira okwangu."

Ekipimo ekisingirayo ddala obwangu okwawula enjigiriza ey'obulimba kwe kumanya oba bakkiririza mu Mukama oyo eyabagula oba bamwegaana. Kwe kugamba, oba nga waliwo omuntu atakkiririza mu Yesu Kristo nti Ye Mulokozi, asobola okuyitibwa ow'obulimba. Yesu Kristo yatunaazaako ebibi era n'atulokola okuyita mu Musaayi Gwe. Kale, abo bonna abaana ba Katonda abalokole baagulibwa Mukama n'omusaayi Gwe.

N'olwekyo, nga Yesu tannakomererwa okusobola okutuukiriza obuvunaanyizibwa Bwe nga Kristo ng'azuukira mu bafu, tewaaliwo bigambo nga 'Enjigiriza ez'obulimba.' Yesu kitegeeza, 'Oyo ajja okulokola abantu Be mu bibi byabwe' (Matayo 1:21), ne 'Kristo' kitegeeza mu Luyonaani 'Omununuzi,' ekitegeeza nti 'Eyalondebwa.'

Okutuuka nga Yesu amaze okutuukiriza obuvunaanyizibwa bwe nga Kristo ng'azuukira, tusobola okugamba nti gundi ayigiriza bya bulimba bw'aba yeegaana Yesu Kristo, 'Mukama eyabagula.' Yensonga lwaki ebigambo 'enjigiriza ey'obulimba tebirina webirabikira mu Ndagaano Enkadde oba mu njiri Ennya.

Ng'ebiro bigenda bituuka ku nkomerero, enjigiriza ez'obulimba n'azo zigenda zimerukawo. Abantu abamu beeyisa nga gyoli be balokozi. Balimba abantu nga babasomesa nga gyoli tulina kulokolebwa okuyita mu bo.

Ng'ekiseera kiyiseewo, bajja kulaga kye bali kye nnyini. Nga bettanira nnyo obubi, n'okutaataaganya ekkubo ery'mazima, era nga baggya sente mu bagoberezi baabwe. Nga bakola eby'obujeemu bingi. Kituufu, si kituufu ffe okumala gogera ku balala nti baabulimba olw'obujeemu bwe bakola, bwe babeera tebeegaana Mukama.

Kiba kikulu ffe okubawabula era ne tubanenya basobole okwenenya, naye tetuyinza kubayita babulimba olw'ebintu by'obujeemu bye bakola, okuggyako nga beegaana Yesu Kristo.

Tusobola kino okukitegeera obulungi okuyita mu bigambo bya Gamalyeri omusomesa bwe yagamba abaali bakolokota abantu abaali bakkiririza mu Yesu Kristo.

N'abagamba nti, "Abasajja Abaisiraeri, mwekuume eby'abantu bano, kye mugenda okubakolako. Kubanga edda mu biro ebyayita Syuda yagolokoka, ng'agamba nti ye muntu omukulu, abantu nga bikumi bina ne beegatta naye, n'attibwa, bonna abaamuwulira ne basaasaana, emirerembe ne gikoma. Oluvannyuma lwe n'agolokoka Yuda Omugaliraaya mu nnaku ez'okuwandiikibwa, n'atwala ekibiina okumugoberera, n'oyo n'abula, bonna abaamuwulira ne basaasaana. Ne kaakano mbagamba nti, Mwebalame abantu bano, mubaleke, kubanga okuteesa kuno n'omulimu guno oba nga bivudde mu bantu, birizikirira, Naye oba nga bya Katonda, temuyinza kubizikiriza, muleme okulabika ng'abalwana ne Katonda" (Ebikolwa 5:35-39).

Bannabbi Ab'obulimba, Abasomesa Ab'obulimba, N'abo Abalabe ba Kristo

Bannabbi b'obulimba n'abayigiriza b'obulimba, abaliyingiza mu nkiso obukyamu obuzikiriza, nga beegaana ne Mukama waabwe eyabagula, bonna boogerwako mu 2 Peeter 2:1. Wano, 'Obulimba' tekitegeeza kulimba kyokka oba okunyaga abalala, wabula kwe kwegaana Yesu Kristo nga ye ge mazima.

1 Yokaana 2:22 wagamba, "Omulimba ye ani wabula oyo agaana nga Yesu si ye Kristo? Oyo ye mulabe wa Kristo, agaana Kitaffe n'Omwana." Nga bwe kiragiddwa wano, omulimba ye muntu eyeegaana Yesu nti ye Kristo, era oyo omulabe wa Kristo ye yeegaana Kitaffe n'Omwana.

N'olwekyo, 1 Yokaana 4:1-3 wagamba, "Abaagalwa, temukkiriza buli mwoyo, naye mukemenga emyoyo, oba nga gyava eri Katonda, kubanga bannabbi ab'obulimba bangi abafuluma mu nsi. Mutegeererenga ku kino Omwoyo gwa Katonda, buli mwoyo agwatula nga Yesu Kristo yajja mu mubiri nga guvudde eri Katonda. Na buli mwoyo ogutayatula Yesu nga teguvudde eri Katonda, era ogwo gwe mwoyo gw'omulabe wa Kristo, gwe mwawulira nga gujja, era kaakano gumaze okuba mu nsi."

Abalabe ba Kristo b'ebo abawakanya Yesu Kristo nga bakozesa

ekigambo kya Katonda. Bawakanya ekkubo ery'obulokozi eriyita mu Yesu Kristo. Okuwakanya Yesu Kristo kiba kye kimu n'okuwakanya Katonda.

Bwe tuba twagala okwekuuma okulimbibwa, tuba tulina okuba nga tutegeera obulimba bwe buli wa, olwo ne tusobola okwawula mu bannabbi ab'obulimba, abayigiriza ab'obulimba, n'abalabe ba Kristo okusinziira ku Bayibuli. Era, tulina n'okuganya abalala okutegeera nga tukozesa ekigambo kya Katonda ekiringa ekitala ekisala ennyo eky'obwogi obubiri. Wabula ekyo tekitegeeza nti tulina okuwakana n'abo.

Tito 3:10 wagamba, "Omuntu omukyamu, bw'omalanga okumubuulira omulundi ogw'olubereberye n'ogw'okubiri, omugaananga." Nga bwe kyogera, tulina okubawabula omulundi gumu oba ebiri n'ekigambo kya Katonda. Bwe bawuliriza ne bakyuka, kiba kya mukisa. Ekitali ekyo, kisingako obutabeesembereza.

Kiri bwe kityo lwakuba, okugyako nga tunyweredde ku mazima, tusobola okukosebwa enjigiriza zaabwe nga tuwakana n'abo. Bakyusaamu mu mazima era ne basobola okuyingira mu bunafu bwa buli muntu. N'olwekyo, tetulina kuwakana n'abo nga tetumanyi bulungi kigambo kya Katonda.

Omuntu atasobola kwawulawo bulungi, bwakosebwa enjigiriza ez'obulimba, Kijja kumubeerera kizibu okukitegeera n'okukyuka okubivaamu. Eyo yensonga lwaki Mukama atugamba twewala okuwakana n'abantu abekika ekyo era tebeewale.

Okwagala kwa Katonda Okw'okulokola Abantu Bonna

Mukama ataddewo omukisa abantu abo bonna abeekutte ku njigiriza ez'obulimba gamba nga eyaba Yakuwa, okwenenya era bakyuke. Okuyita mu kigambo ekyaweebwa Ekkanisa ya Perugamo, Mukama yali ayagala alekewo ekijjukiza era azuukuse abakkiriza abo n'ekkanisa eza leero abalinga Ekkanisa y'e Perugamo.

Era Yalabula n'abo abekkiriranya N'ensi. Kiri bwe kityo lwa kuba abantu balina embala ez'omubiri ezigezaako okugoberera ebyo bye beegomba, wadde nga bamanyi okwagala kwa Katonda. Tugamba nti tugoberera okwagala kwa Katonda, naye bwe tukkiriza embala ez'omubiri emu ku emu mu mitima gyaffe, zisobola okutuleetera okukyusa ekigambo kya Katonda. Era gye biggwera tusobola n'okugwa mu njigiriza ez'obulimba.

Ffe okusobola okuyamba abantu bano ne bategeera ekigenda mu maaso, twetaaga ekigambo eky'obulamu n'obuyinza ebiyinza okuyingirira ddala mu bbo n'ekyawula emmeeme, omwoyo, ennyingo n'obusomyo. Era, tulina n'okukakasa ekigambo ekibuulirwa okuyita mu ebyo eby'amagero by'amaanyi ga Katonda. Okujjako nga kino kituukiriziddwa abo abakoseddwa enjigiriza ez'obulimba lwe basobola okwenenya era bakyuke okubivaamu.

Kituufu, abantu si bangi abagwa mu ttuluba lino, naye Katonda ayagala buli omu okufuna obulokozi era ategeerere ddala amazima (1 Timoseewo 2:4). Ne mu mbeera nga kizibu nnyo omuntu okulokoka, bw'aba alina obulungi mu mutima, ajja kuweebwa omukisa olw'ekisa kya Mukama n'obuyambi okuva eri Omwoyo Omutukuvu.

Bwe tubuulira enjiri, tusobola okukiraba nti kizibuwala okubuulira abo abamanyi ko ekitono ku Bayibuli era nga kyangu bo okukosebwa endowooza ez'obulimba okusinga okubuulira abantu abatalina kye bamanyi wadde ku njiri. N'olwekyo, okusaasaanya enjiri twetaaga amaanyi n'obuyinza.

Tulina okulaga obukakafu nga tubuulira Yesu Kristo n'enjiri ey'obwakabaka obw'omu ggulu babeere nga tebasobola kuwakana, wabula okukkiriza. Ekitali ekyo, ne bwe tuteekamu amaanyi mangi mu kugaziya okubuulira enjiri, tetusobola kukungula bibala bingi ebiva mu kubuulira enjiri.

Okusiimibwa kwa Mukama Okwaweebwa Ekkanisa ya Perugamo

Mmanyi gy'otuula awali entebe ey'obwakabaka eya Setaani era okwata erinnya lyange, so teweegaana kukkiriza kwange era ne mu nnaku za Antipa, omujulirwa wange omusajja wange omwesigwa, eyattirwa ewa mmwe Setaani watuula (Okubikkulirwa 2:13).

Perugamo kyali ekimu ku bibuga ebikulu mu Asiya mu nnaku ezo. Kye kyali ekibuga ekikulu mu by'obufuzi n'okusoma. Kyali ekibuga abantu gye baayiwayiwanga sente nga n'okusinza ebifaananyi kungi. Perugamo kyali kijjudde amasabo ne yeekaalu mwe baasinzizanga bakatonda abalala, gamba nga yeekaalu ye Zeus, Dionysus, Athens, and Asclepius, n'amasabo amanene ennyo mwe baasinzizanga kabaka w'Abaruumi. Waaliwo ne yeekaalu ey'enjawulo, Yeekaalu eya Asclepius ng'eno gye baasinzizanga emisota.

Perugamo kyali ekibuga awali entebe ya Setaani, era Ekkanisa ya Perugamo yali mu mbeera ey'ekika ekyo ng'ekuza abakkiriza mu mbeera bweti. Eyo yensonga lwaki Mukama yagamba, "Mmanyi gy'otuula awali entebe ey'obwakabaka eya Setaani."

Ekkanisa ya Perugamo Yakuuma Okukkiriza wakati mu Kifo ky'entebe ya Setaani

Mukama bwe yagamba Ekkanisa ya Perugamo nti Yali amanyi gyatuula, kitegeeza Yali akimanyi nti baali babeera mu kifo ekyali kijjudde okusinza ebifaananyi. Era kitegeeza nti Yali amanyi nti okukkiriza kwabwe kwali tekunyweredde - ku kigambo kya Katonda. Abagamba nti baali mu mbeera nga kyali kyangu bo okulimbibwa ab'enjigiriza ez'obulimba nga bakyusaamu mu kigambo kya Katonda.

Entebe ya Setaani kiteegeza ekifo Setaani watuula. kitegeeza nti ekibuga Perugamo kyali kijjuddemu okusinza bakatonda abalala. Si kyangu omuntu okukuuma okukkiriza kwe ng'ali mu kifo ekifaananako bwe kityo ekijjudde ebibi era ng'eringa empuku ya Setaani. Kiri bwe kityo lwakuba Setaani aleeta okuyigganyizibwa kungi, ebigezo, n'okusoomoozebwa ku bakkiriza bakaluubirirwe era balemererwe okukuuma okukkiriza kwabwe.

Wansi w'okuyigganyizibwa kuno, Antipa yattibwa. Okuttibwa kwe olw'okukkiriza kwafuuka ensulo eyazzangamu abakkiriza abalala amaanyi okukuuma okukkiriza kwabwe n'okuwangula. Mukama kino yakitendereza.

Mukama Antipa amuyita 'omujulirwa wange, omusajja

wange omwesigwa.' Okuva mu kigambo kya Mukama kino, tusobola okutegeera obulungi okukkiriza kwa Antipa. Yeggyako obubi mu mutima gwe, mu bunyiikivu yafaanana Mukama, era n'abuulira enjiri n'obulamu bwe bwonna. Bwe yali atuukiriza obuvunaanyizibwa bwe buno ng'omujulirwa wa Mukama, baamutta.

Waaliwo ebizze byogerwa okumala ekiseera ekiwanvu ku kuttibwa kwa Antipa. Nti Omusirikale Omuruumi yamutwala mu maaso g'ekibajje, era n'amukaka okukivunnamira ekibajje kya kabaka.

N'amugamba nti, "Antipa, Vvunnamira ekibajje kya Kabaka."

Antipa n'addamu nti, "Waliyo Kabaka wa bakaba omu, Mukama wa bakama, ye Yesu Kristo. Sijja kuvunnamira mulala yenna."

Omusirikale n'atabuka, era n'aleekanira waggulu nti, "Antipa, tokimanyi nti ensi yonna yakukyawa dda?"

Awo, Antipa n'amuddamu, "Ensi yonna, oba bwe kiri, nnyongera okukkiriza nti Yesu Kristo ye Mukama wa bakama."

Olw'obusungu obungi, omusirikale n'akwata Antipa n'amusuula mu kikoomi ky'omuliro, era n'amutta. Wabula ne mu mbeera zino enzibu ez'okuyigganyizibwa, ba memba b'Ekkanisa ya Perugamo baakuuma okukkiriza kwabwe.

Abamu ku bakkiriza abatamanyi bulungi mazima bayinza

okwebuuza ebibuuzo nga, "Baali bakkiririza mu Katonda, era baali beesigwa. Olwo, lwaki bayigganyizibwa era lwaki baalina okuttibwa olw'okukkiriza kwabwe?" "Ddala Katonda bw'aba mulama, ayinza atya okubaleka ne basigala bokka?" Naye bwe babeera bategeera okwagala n'ekigendererwa kya Katonda, basobola okukitegeera lwaki ebintu bino bibabaawo.

Ekigendererwa kya Katonda okuyita mu Kufa Kw'abajulizi

Abantu bangi baafa ng'abajjulizi, si mu kanisa ezasookawo zokka gamba nga mu Kanisa mu Perugamo eyo Antipa gye yafiira ng'omujulizi, wabula na buli wamu Abakristaayo n'Obukristaayo we bwatuukanga omulundi ogusookera ddala.

Bwe kityo bwe kyali ne mu Bwakabaka bw'Abaruumi obwafuganga kyenkana ensi yonna. Abatuuze mu Ruumi baalaba Abakristaayo bangi nga bafa ng'abajulizi mu Kolisewumu. Ne babatwala nti basirusiru nnyo. Era nga bakisekera namu n'okunyumirwa. Naye tewaayita kiseera kinene, ne batandika okulaba nti si kyali kya bulijjo.

"Naye abantu bano bayinza batya okubeera nakamwenyumwenyu wadde baali bafa?"
"Kiki ekibakozesa ekyo?"
"Yesu ono gwe bakkiriza y'ani?"

Ne batandika okwettanira Obukristaayo, abantu bangi ne batandika okwagala okweyongera okuteegera Obukristaayo. Era ekyavaamu, abantu bangi ne bawulira enjiri era ne bakkiriza Yesu

Kristo.

Era, mu kiseera kya kabaka Konsitantini eyasookawo, Obukristaayo bwakkirizibwa era ne kyavaamu ne bunywezebwa ng'eddiini y'ensi eyo. Kino kye kigendererwa kya Katonda abantu kye batasobola kutegeera. Awatali kino, Obukristaayo tebwandibunye Bulaaya yonna ne mu nsi yonna mangu ago.

Omuntu atambulira mu bulamu Obw'ekikristaayo ye nga bwalabye tasobola kukuuma kukkiriza bwasisinkana obulumi bw'okuttibwa ng'omujulizi n'okutya kw'okufa. Ebiseera ebisinga abeera ajja kulekayo okukkiriza kwe bwasisinkana embeera enzibu ennyo oba okutiisibwa ku bulamu bwe kubanga abeera tannegyako bubi mu mutima gwe.

Abo bokka abeesigwa n'omutima ogutakyukakyuka be basobola okukuuma okukkiriza wadde nga basisinkanye ebizibu ebiyinza n'okutwala obulamu bwabwe. Basobola okufa ng'abajulizi olw'okukkiriza kwabwe, gye bakoma okweggyako obubi era ne batuuka ku ssa nga batukuziddwa. Abajulizi ab'ekika ekyo bajja kufuna ekitiibwa kinene okuva eri Katonda. Kale ddala guba mukisa munene gye bali.
 utoka kwa Mungu. Kwa hivyo, kwao kwa kweli ni baraka kubwa.

OKUNENYA KWA MUKAMA ERI EKKANISA YA PERUGAMO

Naye nnina ensonga ku ggwe si nnyingi kubanga olina eyo abakwata okuyigiriza kwa Balamu, eyayigiriza Balaki okuteeka enkonge mu maaso g'abaana ba Isiraeri, okulya ebyaweebwa eri ebifaananyi n'okwenda. Era naawe bwotyo olina abakwata okuyigiriza kwa Banikolayiti. Kale weenenye, naye bw'otalyenenya, njija gy'oli mangu, era ndirwana nabo n'ekitala eky'omukamwa kange' (Okubikkulirwa 2:14-16).

Wadde Ekkanisa y'e Perugamo yatenderezebwa, Mukama atandika okubanenya n'obukambwe. Mu Kanisa ya Perugamo, mwalimu Antipa eyafa ng'omujulizi n'abalala abakuuma okukkiriza kwabwe nga bagoberera Antipa. Naye ate waaliyo abantu abaali tebasobola kukikola.

Mukama agamba nti bakwata okuyigirizibwa kwa Balamu, era

n'anenya nnyo ebikolwa byabwe.

Balamu Yakemebwa olwa Sente N'ettutumu

Olwo baani abo abaali bakutte okuyigirizibwa kwa Balamu n'okuyigirizibwa kwa Nikolayiti? Okutegeera kino, tulina okutunuulira ebintu ebyaliwo wakati w'aba Isiraeri ne Balamu ebyogerwako mu Kubala essuula 22-24.

Balamu yali mutabani wa Byoli, era nga abeera kumpi n'omugga Pesoli. Yali asobola okwogera ne Katonda. Lumu, Balaki, kabaka we Mowaabu n'amusaba okumuyamba. Balaki yasaba Balamu okukolimira abaana ba Isiraeri. Mu kiseera ekyo, baali bamaze mu ddungu emyaka amakumi ana bukya bava mu Misiri, era baali banaatera okuyingira mu nsi ye Kanani.

Balaki, kabaka wa Mowaabu n'awulira nti Katonda yali n'abaana ba Isiraeri, era bwe yakitegeera nti Abaisiraeri bali bajja eri ensi ye, n'akeng'entererwa olw'abaana ba Isiraeri, era n'asaba Balamu amuyambe.

Balamu bwe yeebuuza ku Katonda okwagala Kwe bwe kwali, Katonda n'amugamba, "Togenda nabo, tokolimira bantu abo, kubanga baweereddwa omukisa" (Okubala 22:12).

Balamu bwe yafuna okuddibwamu okuva ewa Katonda, N'agaana okukola Balaki kye yali amusabye. Naye kabaka wa Mowaabu n'ayongera okutumayo abalangira abalabika obulungi ennyo nga beetisse ffeeza ne zaabu eri Balamu. Awo, omutima gwe ne gunyeenyezebwa. Naffe tuyinza okutuuka mu mbeera eno mu bulamu bwaffe.

Bwe tumenyaamenyerawo okukemebwa n'ekigambo kya Katonda, tetujja kukemebwa nate. Naye mu mutima gwaffe bwe mubaamu omuwaatwa, okunyeenyezebwa wadde kutono bwe kuti, Setaani ddala ajja kutukema. Era, wadde tulinga abakiyise ku ngulu, bwe tuba tetukiyise okuviira ddala mu mutima gwaffe mu bujjuvu, Setaani asobola okuddamu okutukema.

Balamu naye yalinga ayise ekigezo ekisooka. Naye olw'okuba yalina omululu n'okweyagaliza olw'ekitiibwa ne sente, yakemebwa omulundi ogw'okubiri. Era Katonda n'amugamba, "Abantu abo oba nga bazze okukuyita, golokoka ogende nabo, naye ekigambo kyokka kye nkubuulira ky'oba okola" (Okubala 22:20).

Kwali kwagala kwa Katonda ye obutagenda. Naye olw'okuba Katonda yamanya omutima gwa Balamu na lwaki Balamu yali amwebuuzaako omulundi ogw'okubiri, Katonda n'akimulekera okwesalirawo. Era ekyavaamu, yali takyasobola kuwangula kikemo kya sente. Balamu bwatyo n'agamba Balaki, kabaka wa Mowaabu, engeri y'okuteekamu Isiraeri mu buzibu (Okubala 25:1-2).

Aba Isiraeri baali baamanyiira embeera enyangu ey'eddungu n'ensiko okuba ng'ebeetooloodde. Baali baakooye obulamu bw'eddungu.

Naye bwe baabayita okujjanga mu kifo webaweerangayo ssaddaaka za bakatonda baabwe, baasisinkana n'ebintu eby'ensi. Era ekyavaamu ne balyanga emmere eyawebangayo eri bakatonda babali era ne batandika okwenda ku bawala ba Mowaabu. Tekyali ng'ennaku zino mwetukomolera emitima gyaffe era ne tweggyako ebibi nga tuyambibwako Omwoyo Omutukuvu. Baali tebalina bwe bakyebeera eky'okugwa mu bintu eby'ensi.

Era ekibonerezo ekyabagwako, abantu abaafa kawumpuli baali obukumi bubiri mu enkumi nnya 24,000 (Okubala 25:9). Wabula, mu 1 Bakkolinso 10:8, wawandiika nti omuwendo gwali 23,000 ogw'abantu abaafa kawumpuli.

Omuwendo gw'abaafa mu Kubala gwali, 24,000, nga mulimu Abaisiraeri n'abakazi aba Mowaabu. Ku ludda olulala, omuwendo gw'abaafa mu 1 Bakkolinso, 23,000, gwo gw'aba Isiraeri bokka. Bwe tutyo bwe tusoma Bayibuli mu kulung'amizibwa kw'Omwoyo Omutukuvu, bwe tusobola okukizuula engeri Bayibuli gyetegerekeka obulungi ennyo.

Mukama agamba abo abakutte ekkubo lya Balamu, 'kubanga olina eyo abakwata okuyigiriza kwa Balamu.' Olwo, kyakuyiga ki eky'omwoyo kye tuyiga mu byabaawo olwa Balamu?

Okulabula Eri Abo Abatambulira mu Bulamu bw'Ekikristaayo Mu Ngeri gye Balowooza nti Yeesaanidde

Ekisooka, Tuyigamu obutatambulira mu Bulamu Bw'ekristaayo mu ngeri gye tulowooza nti yeesaanidde n'okukkiriranya amazima n'ensi. Nga Balamu bwe yakwata ekkubo ery'okufa wadde yali amanyi bulungi nnyo okwagala kwa Katonda, eriyo Abakristaayo bangi abatambulira mu Bukristaayo nga bwe bekkiriranya n'ensi. Kitegeeza nti bagala nnyo ensi n'ebyo ebigirimu okusinga Katonda.

Naddala olwaleero, 1 Timoseewo 6:10, "Kubanga okwagala ebintu kye kikolo ky'ebibi byonna, waliwo abantu abayaayaanira ebyo, ne bakyamizibwa okuva mu kukkiriza, ne beefumitira ddala n'ennaku ennyingi." Olw'omululu gw'ensimbi, balekayo okukuuma Olunaku lwa Mukama nga Lutukuvu oba ne banyaga ebitundu eby'ekkumi (Malaki 3:8).

Wadde omuweereza wa Katonda alina okwewaayo eri okusaba n'eri obuweereza bw'ekigambo, waliwo abaweereza abalina omululu gwe sente oba ekitiibwa, oba ne bekkiriranya n'obuyinza bw'ensi.

Naye, mu Matayo 6:24 wagamba, "Tewali muntu ayinza kuweereza baami babiri; kuba oba anaakyawa omu, n'ayagalanga omulala, oba anaanywereranga ku omu, n'anyoomanga omulala. Temuyinza kuweereza Katonda ne mamona." Si baweereza ba Katonda bokka, naye n'abaana ba Katonda balina kwagala Katonda yekka era ne bagoberera kwagala Kwe kwokka. Okukkiriza kwaffe tekulina kubeera nga kukkiriza kwa Balamu eyekkiriranya n'ensi.

Wadde kintu kitono bwe kiti, bwe kiba nga kirimu okuva ku mazima twekkiriranye n'ensi, tujja kumaliriza tukiguddemu era Setaani alyoke atulumbagane olw'ekyo. Ng'era ekizimbulukusa ekitono bwe kibuna mu mugaati gwonna, Bwe tutwala ne bwe k'aba katundu ku mulimu gwa Setaani, olunaagira ng'endowooza yaffe yonna etwalibwa emirimu gya Setaani. Tutera nnyo okulaba ng'abantu olumu abaali bakozesebwa mu mirimu gya Katonda, nga baabula, era ne babivaako bwe baatandika okuddugazibwa omubiri. Mu kanisa y'e Perugamo mwalimu ba memba ab'ekika ekyo. Ne bwe baalaba okuttibwa kwa Antipa, era basigala batambuliranga mu bulamu obw'ekikristaayo mu ngeri gye balowooza nti yeesaanidde bwe batyo ne bagwa mu kkubo ery'okufa.

Mukama anenya mu bukambwe si bantu abo bokka ab'ekkanisa ye Perugamo wabula n'abo abagoberera ebikolwa bya Balamu olwaleero, era Abagamba beenenya.

Okulabula ku Mmeeme Ekyukakyuka

Eky'okubiri, tulina okutegeera eky'okuba nti tetulina kukyusakyusa ndowooza zaffe. Abamu bagamba nti bagala Katonda naye ne batambulira mu bulamu Obw'ekikristaayo mu ngeri y'okusaagirira, nga bwe bagala. Abalala ne bava ku kwagala kwa Katonda, nga bamanyi bulungi nnyo kye bakola, naye olw'okwagala sente, etutumu, n'obuyinza obw'ensi. Tetulina kubeera bwe tutyo.

Mu kusiima, nga bamaze okufuna ekisa kya Katonda, abantu abamu baatula nti, "Njakuwaayo obulamu bwange bwonna eri Katonda. Njakuwaayo obulamu bwange eri Katonda era njakuba mulamu lwa Katonda," Naye bwe wayitawo ekiseera bwe basisinkana ekizibu mu bulamu bwabwe, bakyusa emmeeme yaabwe ne bagamba nti, "Ddala kiki ekimbeeza bwe nti? Lwaki sitambulira mu bulamu Bw'ekikristaayo obwangu ng'abalala?"

Kiringa Balamu bwe yali amanyi okwagala kwa Katonda, naye bwe yasisinkana ekikemo kya sente n'ekitiibwa, omutima gwe gwasendebwasendebwa. Naye abantu ba Katonda abatuufu tebakyusakyusa mitima gyabwe wadde ekiseera kiyiseewo oba ng'embeera ekyuseemu.

Abantu ab'ekika ekyo basobola okusangibwa mu Bayibuli. Mu bo mwe muli omukazi munnamawanga eyayagalwa ennyo Katonda kubanga mu bulungi bwe temwalimu kukyukakyuka mu mutima. Ye Luusi mu Ndagaano Enkadde.

Luusi yali mumowaabu. N'afumbirwa Omuisiraeri eyali adduse enjala. Omwami we n'afa nga tamulese na mwana yenna. Yalina munne bwe baafumbirwa mu maka omwo, nga naye ali mu mbeera y'emu.

Nnyazaala we, Nawumi, n'agezaako okudda ewaabwe mu nsi ye Yuda. Nawumi n'agamba bakabaana be bombi n'abo okuddayo ewaabwe. Kwali kusaba kulungi okwa Nawumi. Kubanga, baali balina okuleka ensi yaabwe eya Mowaabu, bagende mu nsi gye batamanyiiridde eye Yuda kyokka nga tebalina baami wadde abaana.

Mu kusooka, bombi bagamba nti baali bajja kugenda ne nyazaala waabwe okutuuka ku nkomerero. Naye bwe yaddamu okubasaba basigale, munne wa Luusi bwe baali bafumbiddwa batabani ba Nawumi, Opa n'asiibula Nawumi, era n'agenda. Naye

Luusi yali wa njawulo.

Naye luusi n'ayogera nti, "Tonneegayirira kukuleka, n'okuddayo obutakugoberera, kubanga gy'onoogendanga, gye nnaagendanga nze, era gy'onoosulanga, gye nnaasulanga nze, abantu bo be banaabanga abantu bange, era Katonda wo, Katonda wange. Gy'olifiira, nze gye ndifiira, era gye balinzika, Mukama ankole bwatyo era n'okusingawo, oba ng'ekigambo kyonna kiritwawukanya ggwe nange wabula okufa" (Luusi 1:16-17).

Kyeraga bulungi nnyo nti omutima gwa Luusi gwali tegukyukakyuka mu mbeera yonna. Omutima gwe tegwakyukakyuka ne bwe yali azze mu nsi ya Yuda, era n'aweereza nnyazaala we n'omutima gwe gwonna.

Era ekyavaamu yafuna omukisa gwa Katonda. Mu dda yali wakufuna amaka amalungi n'omusajja ayitibwa Bowaazi. Era laba, omukazi munnaggwanga erinnya lye bwe lirabikiria mu lunyiriri lwa Yesu.

Singa Balamu yalina omutima omutuufu ogutakyukakyuka, teyandijeemedde kwagala kwa Katonda ne bwe kyandibadde kikemo kyenkana wa oba kugezesebwa. Naye olw'omutima gwe ogwali gukyukakyuka, n'omululu gwe ogw'ensimbi n'ekitiibwa ebyasiikuuka. Yakwata ekkubo ekyamu era n'aleetera abantu bangi okugwa mu kufa.

Tulina okujjukira nti essomo lye tuyiga ku Balamu lirina okumanyibwa buli Mukristaayo owa leero ali mu nnaku zino ez'oluvannyuma ng'ebibi n'obubi bingi nnyo. Mu kumanya essomo lye tulina okitegeera nti tetulina kutambulira mu bulamu Obw'ekikristaayo mu ngeri ffe gye twagala. Tulina okutambulira mu bulamu obw'ekikristaayo obutaliimu kukyusakyusa mutima embeera ne bw'ebeera etya.

Abakwata Okuyigiriza kwa Banikolayiti

Mu Kanisa ye Perugamo, temwali bantu bagoberera kuyigiriza kwa Balamu yekka, wabula mwalimu n'abagoberera enjigiriza ya Nikolayiti. Nga bwe kyanyonyolwa mu Kanisa ye Efeso, Abanikolayita bava mu musajja ayitibwa Nikola, eyalinga omu ku badinkoni omusanvu ab'ekkanisa eyasooka.

Nga bwe kyanyonyoddwa edda, abantu bwe bagoberera okuyigirizibwa kwa Balamu era ne batambulira mu bulamu Bw'ekikristaayo obw'okwekkiriranya n'ensi nga bo bwe bagaala, bajja kugwa munda ddala mu nsi. Era mu kwekkiriranya okw'ekika ekyo bajja kutandika okugoberera okuyigirizibwa kwa Nikolayiti.

Baali bayigiriza nti omwoyo gwo gusigala nga mulongoofu omubiri ne bwe gw'onoona gutya, nga kitegeeza nti omwoyo gulina okugenda mu ggulu. Tusobola okulaba okuyigiriza kuno bwe kwali okuccaamu mu Bayibuli (1 Abakkolinso 6:9-10; 1 Abassesaloniika 5:23).

1 Yokaana 1:7 wagamba, "Naye bwe tutambulira mu musana, nga Ye bw'ali mu musana, tussa kimu ffekka na ffeka, n'omusaayi gwa Yesu Omwana We gutunaazaako ekibi kyonna." Okuggyako

nga tweggyeeko ebibi byona era ne tutambulira mu musana lwe tusobola okunaazibwako ebibi byonna n'omusaayi gwa Yesu Kristo.

Tuyinza tutya okwogera nti tuli balokole ne bwe tuba nga tutambulira mu kibi? Bwe tuba tutambulira mu bulamu Obw'ekikristaayo nga bwe twagala kigenda ne kiyitirira, era ekidirira kwe kutandika okugoberera enjigiriza ez'obulimba gamba nga nti bajja kulokolebwa ne bwe bakola ebibi. Abakkiriza abamu bagala nnyo ensi era beesanga ng'okutambulira mu kigambo kya Katonda kibazibuwalira nnyo. Bwe batyo basanyukira enjigiriza ezibagamba nti basobola okukola ebibi kyokka ne basigala nga bakyali balokole. Olunaagira nga bazigoberera.

Ennaku zino okutambulira mu bulamu Obw'ekikristaayo obuggya mu ngeri ze twagala bingi nnyo, era tulina okwegendereza ennyo obutagoberera njigiriza za kika ekyo eza Nikolayiti. Bwe tusaba nga tetutaddeyo nnyo mwoyo, ne tukola ebintu mu ngeri ze tulowooza nti zikkirizibwa, ne tuvuunula saako okugondera ekigambo mu ngeri gye twagala, nga tugamba, "Kino kimala. Ekyo seetaaga ku kikola." Awo tewaba njawulo n'aba njigiriza ya Nikolayiti.

Ebikolwa bya Balamu Ebigenze Ewala Biyinza Okuviirako Enjigiriza ya Nikolayiti

Enjigiriza ya Balamu n'enjigiriza ya Nikolayiti zombi ziwagira Omukristaayo okutambula nga bwayagala, kyokka mu zo zombi mulimu enjawulo.

Enjigiriza ya Balamu kwe kuweereza Katonda n'emitima ebiri. Kwe kwagala sente n'ebintu ebikwatikako. Kwe kwekkiriranya olw'obuyinza n'ekitiibwa eby'omu nsi kyokka ng'eno bw'oyogera nga bw'oyagala Katonda n'okumuweereza. Era kwe kukyusa omutima ogwali ku Katonda mu kusooka, wabula n'otandika okuyaayaanira eby'ensi. Era ekivaamu, n'ogwa mu kkubo ery'okufa.

Naye ate ekikolwa kya Nikolayiti kyawukana ku kino. Nga bwe bakola ebibi, babeera basomesa abalala nti okukola ebibi tekirina wekikwataganira na bulokozi kale bakema abalala ba beegatteko mu kugenda eri ekkubo ery'okuzikirira.

Okusomesa kwa Nikolayiti kuteeka akabuuza ku kukomererwa kwa Yesu ku lwaffe.

Yesu yakomererwa emusumaali mu bigere Bye n'engalo okusobola okutununula mu bibi bye tukola mu bikolwa. Naye bagamba nti tujja kulokolebwa ne bwe tugenda mu maaso nga tukola ebibi. Okwo kwe kwegaana Mukama eyatugula n'omuwendo gw'omusaayi Gwe.

Nga mu Baggalatiya 5:13 bwe wogera, "Kubanga mmwe, ab'oluganda, mwayitibwa lwa ddembe, naye eddembe lyammwe liremenga okubeera omubiri kwe guyima, naye olw'okwagala muweerezaganenga mwekka na mwekka," Tununulibwa mu bibi era ne tufuna eddembe olwa Yesu Kristo, era tetulina kuwanyisa ddembe eryo olw'ebyo eby'omubiri ebiyinza okulabikawo.

Okukola ebibi kwennyini si kye kikolwa kya Nikolayiti. Omukkiriza omuggya bw'aba alina okukkiriza okunafu, abeera talina maanyi gamala okukuuma ekigambo, era olumu akola ebibi era ne yeenenya n'okukyuka n'akyuka. Bw'aba ayita mu bintu bino, agenda yejjako ebibi mpolampola.

Naye tulina okujjukira nti bwe tugenda mu maaso okugoberera ebikolwa bya Balamu n'okwekkiriranya n'ensi, tusobola okuwambibwa Setaani era ne tukosebwa n'enjigiriza ya Nikolayiti, nga tukkiriza nti tusobola okulokolebwa ne bwe tusigala nga tukola ebibi.

Katonda Ayagala Twenenya era Tukyuke

Mukama agamba abo abagoberera enjigiriza ya Balamu n'enjigiriza ya Nikolayiti nti "Kale weenenye, naye bw'otalyenenya, njija gy'oli mangu, era ndirwana nabo n'ekitala eky'omukamwa kange" (olu. 16).

Mukama ayogera ku 'kitala eky'omukamwa Ke,' era kitegeeza ekigambo kya Katonda. N'olwekyo 'Ndirwana nabo n'ekitala eky'omukama kange' kitegeeza nti Mukama ajja kubaganya okumanya ekigambo kya Katonda okumanya ekyo ekituufu n'ekikyamu, basobole okwenenya. Kwe kwagala kwa Katonda oyo ayagala twenenye era tukyuke.

Omuntu bw'aba akyama mu kubbo ekyamu, omuntu omulala asobola okumunenya oba okumuwabula n'ekigambo kya Katonda. Agambibwako bw'aba asobola okutegeera n'okukyuka, guba mukisa. Naye waliwo abatasobola kuwulira nga wadde balina amatu. B'ebo abalina amatu ag'omwoyo amaggale.

Nga mu Ngero 22:17 bwe wagamba, "Tega okutu kwo owulire ebigambo eby'ab'amagezi, Era ssayo omutima gwo eri okumanya kwange." Bwe tuba abaana ba Katonda abatuufu, tulina okuba nga tusobola okukyusa amattu gaffe okusobola okuwulira ekigambo kya Katonda nga gano ge mazima. Wadde ekigambo kiringa omuggo gye tuli, tulina okwongera okuteekayo omwoyo, ne twezuula, era ne tukyuka. Olwo ekigambo kijja kufuuka eddagala eddungi gye tuli era kibeera eky'omuganyulo ennyo gye mu kutuggyamu ebibi.

Naye abo abatawabulwa era nga bajjudde obubi mu mitima gyabwe tebajja kuwulira kigambo kya Katonda kubanga kibanenya era kibawabula. Waakiriko amatu gaabwe okuwuliriza ebintu ebibi. Engero 17:4 n'awo wagamba, "Akola obubi assaayo omwoyo eri emimwa emibi, n'omulimba awulira olulimi olw'ettima."

Tulina okutegeera nti enkomerero ya buli kintu etuli ku nnyindo; kale mulina okulaba ebintu mu ngeri ennungi era nga mutegeera bulungi ekigendererwa ky'okusaba, era omwoyo gwammwe mu gusse ku mazima gokka. Tetulina kukosebwa na njigiriza za bulimba. Ne bwe tuba tukoseddwa, tulina okuwulira eddoboozi lya Katonda oyo ayagala ffena twenenye era tukyuke mangu ddala.

Ekisuubizo kya Mukama Ekyaweebwa Ekkanisa y'e Perugamo

Alina okutu awulire Omwoyo ky'agamba ekkanisa. Awangula ndimuwa ku maanu eyakwekebwa, era ndimuwa ejjinja ejjeru, era ku jjinja kuwandiikiddwako erinnya eriggya, omuntu yenna ly'atamanyi wabula aweebwa (Okubikkulirwa 2:17).

Tulina okuwulira eddoboozi ery'Omwoyo Omutukuvu era tulijjukirenga. Bwe tubaako ekitundu ky'ebikolwa bya Balamu kye tugoberera oba enjigiriza ya Nikolayiti, tulina okwenenya era tukyuke. Tusobola okuwangula bwe tutalekayo kukkiriza kwaffe mu Mukama okutuuka ku nkomerero. Eri abantu ab'ekika kino, Mukama yabasuubiza nti ajja kubawa maanu n'ejjinja ejjeru.

Ekisuubizo Eky'obulamu Obutaggwaawo Kiweebwa Oluvannyuma Lw'okwenenya

Emaanu eyakwekebwa kitegeeza Mukama waffe, Yesu Kristo. Maanu ye yali emmere eyaweebwa Abaisiraeri bwe baali nga bali mu ddungu oluvannyuma lw'okuva mu Misiri. Okuva 16:31 wanyonnyola nti 'n'efaanana ng'ensigo za jada, enjeru n'obuwoomerevu bwayo bufaanana ng'emigaati egy'omubisi gw'enjuki.' Kyali kya kubayamba okukuumirako obulamu bwabwe obw'okungulu.

Naye Yokaana 6:49-51 wagamba, "Bajjajja bammwe baaliiranga emmaanu mu ddungu, ne bafa. Eno ye mmere eva mu ggulu, omuntu agiryeko, aleme okufa. Nze mmere ennamu eyava mu ggulu, omuntu bw'alya ku mmere eno aliba mulamu emirembe n'emirembe, era emmere gye ndigaba gwe mubiri gwange olw'obulamu bw'ensi."

Mu by'omwoyo, mannu kitegeeza omubiri gwa Mukama, nga kye kigambo kya Katonda. Kitegeeza nti abo abalya kino bajja kubeera n'obulamu obutaggwaawo.

Okutuwa maanu eyakwekebwa kitegeeza nti tusobola okulokolebwa okuyita mu Yesu Kristo. N'abo abatambulira mu bulamu Obw'ekikristaayo nga bwe baagala, oba abo abagoberera enjigiriza ez'obulimba, ekisuubizo eky'obulamu obutaggwaawo kisobola okubaweebwa singa beenenya era ne bakyuka.

Olwo lwaki Mukama agamba nti maanu eno yali yakwekebwa?

1 Bakolinso 2:7-8 wagamba, "Naye twogera amagezi ga Katonda mu kyama, gali gakisibwa, Katonda ge yalagira edda ensi nga tezinnabaawo olw'ekitiibwa kyaffe, abakulu bonna

ab'omu mirembe gino ge batategeeranga n'omu, kuba singa baagategeera, tebandikomeredde Mukama wa kitiibwa." Yesu okujja ku nsi kuno mu mubiri ate n'afa ku musaalaba okununula abantu mu bibi byabwe kyali kigendererwa kya Katonda ekyateekebwateekebwa nga n'ebiro tebinnabaawo, naye ekyama kino kyali tekisobola kubikkulirwa muntu yenna okutuuka ng'ekiseera kituuse, kale kyalina okukwekebwa. Eyo yensonga lwaki Yesu Kristo ayitibwa 'maanu'; maanu eyakwekebwa.

Amakulu g'Ejjinja Ejjeru

Awo, Mukama n'agamba nti ajja kubawa Ejjinja Ejjeru. Ejjinja lino ery'eru lye liriwa? Nga bwe kiri mu 1 Bakkolinso 10:4, "Kubanga baanywanga mu lwazi olw'omwoyo olwabagobereranga, n'olwazi olwo lwali Kristo." Wano 'olwazi' kitegeeza Mukama waffe Yesu Kristo.

Yo langi 'enjeru' kitegeeza tewali kibi wadde obubi. Kale ejjinja eryeru wano liraga obutabaako bbala wadde olufunyiro ebya Yesu Kristo atalina wadde kibi oba enzikiza mu Ye.

'Okuwa ejjinja eryeru' kitegeeza nti okukkiriza kwaffe kukula era nga tuyimirira nga tulya maanu, emmere ey'omwoyo n'okuteeka ekigambo mu nkola.

Kati Mukama waffe agamba eryo lye linnya eppya eriwandiikiddwa ku jjinja eryeru. Ebikolwa 4:11-12 wagamba, "Oyo lye jjinja eryanyoomebwa mmwe abazimbi, erifuuse ekkulu ery'oku nsonda. So tewali mu mulala bulokozi kubanga tewali na linnya ddala wansi w'eggulu eryaweebwa abantu eritugwanira okutulokola." Erinnya ye Yesu Kristo.

Era abo bokka abawuliriza ekigambo eky'amazima, na bakiteeka mu nkola, era ne bakinywererako n'okukkiriza be basobola okutegeera erinnya lya Mukama waffe Yesu Kristo.

Naye, abantu mu nsi tebamanyi linnya lya Yesu Kristo? Nedda, tebalimanyi! Bamanyi bumanya makulu ag'okungulu ag'omubiri. Bamanyi bumanya nti Yesu Kristo y'omu ku Batukuvu Abana. Eky'okuba nti Yesu Kristo ye Mulokozi yekka tebakimanyi. Kale tebasobola kugamba nti "bamanyi" Yesu Kristo.

Naye ekimpuliza ennaku kye kino; ne mu bakkiriza mulimu abantu abatamanyi linnya lya Mukama. Ne bwe bagenda ku kanisa, ne bwe boogera nti bakkiririza mu Mukama, tekitegeeza nti bamanyi Mukama. Okujjako nga beekuumye ekigambo eky'amazima, lwe tusobola okugamba nti ddala bamanyi erinnya lya Mukama.

Ffe okusobola okufuna maanu eyakwekebwa, n'ejjinja ejjeru, tulina okuba abamu kw'abo abawangula. Okwangula kwe kutambulira mu mazima, nga tuwakanya ebibi by'enzikiza, n'okukumba nga tugenda mu maaso mu kukkiriza okutakyukakyuka.

Abo bokka abawangula be basobola okufuna maanu n'ejjinja ejjeru nga kulyo erinnya lya Mukama liwandiikiddwako basobole okutegeera Yesu Kristo, okumukkiririzaamu, ne bateeka essuubi lyabwe mu ggulu, era ne batambulira mu ssanyu n'okwebaza.

Okumanya obumanya awatali bikolwa tekisobola kubakuza mu kukkiriza. tebasobola kukkiririza ddala mu Yesu Kristo. Tebasobola kuteeka linnya eryo mu mitima gyabwe.

Abantu abamu tebatambulira mu kigambo kya Katonda nga beewolereza n'okumanya ennyiriri z'omu Bayibuli nga, "okwagala twagala okukola, naye ng'omubiri munafu." Bagezaako okwegumya ne kino. Naye kuno kwewolereza. Naye nga bwe babeera bagala okutambulira mu kigambo, wateekwa okubaawo ebikolwa. Bakyagala bwagazi mu birowoozo byabwe, naye tebagala ku kikola okuva ku ntobo y'emitima gyabwe. Singa ekintu kisalibwaawo okuva ku ntobo y'omutima, ddala wateekwa okubaawo ebikolwa ebikigoberera.

Omuntu bw'afuna Maanu okuva e wa Mukama n'erinnya lwa Yesu Kristo eryali lyakwekebwa ng'ebiro tebinnabaawo, olwo nno abeera amanyi era ng'akkiririza mu linnya okuva ku ntobo y'omutima gwe. N'olwekyo, ebikolwa bye bijja kugobererwa.

Eri abantu ab'ekika kino, Mukama agamba nti, "Mbamanyi," era abawa Ekigambo eky'ekisuubizo nga bwe kyogera mu Yokaana 10:28 wagamba, "Nange nziwa obulamu obutaggwaawo, so teziribula emirembe n'emirembe, so tewali alizisikula mu mukono Gwange."

Abo Bokka Abatambulira mu Mazima be Bafuna Obulamu Obutaggwaawo

Abantu bangi bagamba nti bamanyi nti era bakkiririza mu Katonda, naye si bonna nti basobola okulokolebwa.

Yokaana 3:36 wagamba, "Akkiriza Omwana alina obulamu obutaggwaawo, naye atakkiriza Mwana, taliraba bulamu, naye obusungu bwa Katonda bubeera ku ye." Mu ngeri y'emu, okujjako nga tukkiriza era ne togondera ebyo ebibuulirwa Mukama era bwe tuwangula ekibi n'omulabe, olwo lwokka lwe tusobola okufuna ekisuubizo ky'obulokozi okuyita mu Yesu Kristo. Bano be bamanyi erinnya lya Yesu Kristo.

Tekimala ffe okumanya obumanya Mukama. Mukama Yennyini naye alina okutumanya.

Yokaana 10:25-27 watulaga bulungi nnyo Mukama gw'agamba nti "Mmanyi." Agamba, "Nnabagamba, naye temukkiriza, emirimu gye nkola mu linnya lya Kitange, gye gintegeeza nze. Naye mmwe temukkiriza kubanga temuli ba mu ndiga zange. Endiga zange ziwulira eddoboozi lyange, nange nzitegeera, era zingoberera."

Era, 1 Yokaana 1:6-7 wagamba, "Bwe twogera nga tussa kimu naye ne tutambuliranga mu kizikiza, tulimba ne tutakola mazima, naye bwe tutambulira mu musana, nga Ye bw'ali mu musana tussa kimu fekka na fekka, n'omusaayi gwa Yesu Omwana We gutunaazaako ekibi kyonna."

Oyo yekka atambulira mu musana era n'atambulira mu mazima yalina okussa ekimu ne Katonda. Omuntu ow'ekika kino ye yekka amanyidde ddala Katonda ne Mukama, era ng'asobola okusonyiyibwa ebibi bye byonna olw'omusaayi gwa Yesu Kristo.

Yesu yayogera ku mazima gokka n'obulungi, era N'alaga eby'amagero bingi n'eby'ewuunyo mu linnya lya Kitaffe Katonda. Naye mu nnaku Ze, waaliyo abantu abaali tebakkiriza. Abantu ab'ekika ekyo yabagamba, "Naye mmwe temukkiriza kubanga temuli ba mu ndiga zange"(Yokaana 10:26). Bwe ziba endiga entuufu eza Mukama, bajja kukkiririza mu Mukama olw'ekigambo Kye n'ebikolwa Bye. Bwe bamukkiririzaamu, bajja kuwulira eddoboozi Lye era bamugoberere. Endiga ez'ekika ekyo ze ndiga za Mukama, era Mukama agamba, "Muli ndiga Zange. Mbamanyi."

N'olwekyo, tulina okugondera ekigambo kya Katonda, tutambulire mu mazima, tusobole okufuna ekisuubizo ky'obulamu obutaggwaawo Mukama bw'agaba, tusobole okubala ebibala ebingi mu mbeera zonna ez'obulamu bwaffe.

ESSUULA 4

EKKANISA YA SUWATIRA:
- Okwekkiriranya n'Ensi n'Okulya Ebintu Ebyaweebwanga eri Ebifaananyi

Ekkanisa ya Suwatira yalina ebikolwa bingi eby'oluvannyuma okusinga ebyasooka mu kutuukiriza obwakaba bwa Katonda. Baatenderezebwa Mukama olwa kino, naye baalina okunenyezebwa okuva Gyali olw'okulya emmere eyaweebwanga ebifaananyi; n'okuleka nnabbi omukazi ow'obulimba, Yazeberi; saako okwekkiriranya n'ensi.

Buno bwe bubaka obuweebwa ekkanisa n'abakkiriza abekkiriranya n'ensi, era abamala gatambulira mu bulamu Obwekikristaayo nga bwe bagala.

Okubikkulirwa 2:18-29

Era eri malayika ow'ekkanisa ey'omu Suwatira wandiika nti: Bwati bw'ayogera Omwana wa Katonda, alina amaaso agali ng'ennimi z'omuliro, n'ebigere bye ebifaanana ng'ekikomo ekizigule, nti: 'Mmanyi ebikolwa byo n'okwagala n'okukkiriza n'okuweereza n'okugumiikiriza kwo, N'ebikolwa byo eby'oluvannyuma nga bingi okusinga eby'olubereberye.

Naye nnina ensonga ku ggwe, Kubanga oleka omukazi oli Yazeberi, eyeeyita nnabbi, n'ayigiriza n'akyamya abaddu bange okwendanga, n'okulyanga ebyaweebwanga eri ebifaananyi. Era nnamuwa ebbanga okwenenya, N'atayagala kwenenya mu bwenzi bwe. Laba mmusuula ku kiriri, n'abo abenda naye mu kubonaabona okungi, bwe bateenenya mu bikolwa bye. Era n'abaana be ndibatta n'olumbe, ekkanisa zonna ne zitegeera nga nze nzuuyo akebera emmeeme n'emitima, era ndiwa buli muntu mu mmwe ng'ebikolwa byammwe bwe biri. naye mmwe mbagamba, abasigalawo ab'omu Suwatira, bonna abatalina kuyigiriza kuno, aba tamanyi bya buziba bya Setaani, nga bwe boogera, sibateekako mmwe mugugu mulala. Wabula kye mulina mukikwatenga, okutuusa lwe ndijja.

Era awangula n'akwatanga ebikolwa byange okutuusa ku nkomeero, oyo ndimuwa amaanyi ku mawanga. Era alibalunda n'omuggo gw'ekyuma, ng'ebibya ebibumbe bwe byatikayatuka, era nange nga bwe nnaweebwa Kitange. Era ndimuwa emmunyeenye ey'enkya. Alina okutu awulire Omwoyo ky'agamba Ekkanisa.'

Ebbaluwa ya Mukama eri Ekkanisa ya Suwatira

Era eri malayika ow'ekkanisa ey'omu Suwatira wandiika nti: Bwati bw'ayogera Omwana wa Katonda, alina amaaso agali ng'ennimi z'omuliro, n'ebigere bye ebifaanana ng'ekikomo ekizigule, nti: (Okubikkulirwa 2:18).

Suwatira, mu kiseera ekyo, yali yeeyagaza olw'enkulaakulana mu by'enfuna saako aby'amakolero bye baali batuuseeko. Abantu bwe baalinanga omulimu ogumu nga beekolamu ekibiina nga bw'olaba ssaako z'ennaku zino. saako y'abakuba engoye ddaayi, ssaako y'abalusi b'eby'emikono, ssako y'abakozi b'emigaati, abatunzi b'ebyatika, abakola ebyuma, n'endala nnyingi. Ebibiiba bino byali byekuusa nnyo ku ngeri abatuuze b'omu Suwatira bwe beeyisanga. Ng'omuntu bw'aba talina kibiina kyonna mwagwa, nga kiyinza okubeerera ekizibu okutambuza obulamu obwa bulijjo.

Naye ekizibu we kyajjira nga buli kibiina kisinza katonda waakyo akibeezaawo. Era ng'obuvunaanyizibwa obukulu obw'ekibiina kino bwalinga bwa ddiini mu ngeri gye bwatambuzibwangamu. Nga bwe bakung'ana mu bibiina byabwe nga babeerako emikolo gye bakola oba okusinza katonda waabwe. Ng'oluvannyumwa lw'emikolo, nga balya emmere eweereddwayo eri bakatonda era nga ba memba bakakibwa okwetaba mu bintu ebiwemula era eby'ekikaba. Nga memba ne bw'aba takyagala ng'alina okubaawo.

Tusobola okulowooza ku ngeri gye kyabazibuwaliranga okukuuma okukkiriza kwabwe. Abakkiriza mu Kanisa ya Suwatira bwe batyo n'abo baali balina okwegatta ku kimu ku bibiina olw'okubeerawo. Era ng'abamu ku bo beetaba ne mu mikolo gyabyo emisiiwuufu, baleme okufiirwa ensibuko y'okubeerawo kwabwe.

Amaaso ga Mukama galinga ennimi z'Omuliro, n'ebigere Bye Bifaanana Ekikomo Ekizigule

Mu lunyiriri 18, lunyonyola endabika ya Mukama oyo awandiikira Malayika w'Ekkanisa ye Suwatira. wagamba nti, "Omwana wa Katonda, oyo alina amaaso agalinga ennimi z'omuliro, era ng'ebigere Bye biringa ekikomo ekizigule." Kitegeeza nti amaaso Ge mu kizikiza gatangalijja nnyo nga bw'olaba ennimi z'omuliro era nga galeetawo ebbugumu.

Mu kiseera kye kimu, amaaso ge galinga ennimi ez'omuliro ezokya ebibi byonna n'obubi, era galaba mangu amazima n'agatali mazima. Mukama akozesa amaaso Ge agalinga ennimi ez'omuliro okunoonya mu buli mutima, n'ebirowoozo. Eyo yensonga lwaki wagamba nti amaaso Ge galina ennimi ez'omuliro.

Kitegeeza ki nti, 'Ebigere Bye bifaanana ekikomo ekizigule'? Okubikkulirwa 1:15 n'awo wagamba, "N'ebigere Bye nga bifaanana ng'ekikomo ekizigule." Bwe tuzigula zabu, ffeeza, oba ekikomo ku muliro omungi ennyo nga tukozesa ekikoomi ky'omuliro, obuccaafuccaafu bwonna obumubaddemu buvaamu.

Gye bakoma okukizigula n'ebbeeyi yaakyo gy'ekoma. Yeeyongera okufaanana obulungi n'okumasamasa kwe kweyongera buli lwe bamuzigula. Ebigere bya Mukama waffe tebiriimu kantu konna era byakaayakana nnyo nga ekikomo ekiziguddwa obulungi ennyo. Tuyinza okugamba nti ekigere kye kimu ku bitundu by'omubiri ebisinga okuddugala. Naye Mukama waffe mutukuvu ne mu bigere Bye, kubanga Ye yatuukirira era mulongoofu.

Era, ensonga lwaki Bayibuli eyogera nti amaaso ga Mukama galinga ennimi z'omuliro era nti ekigere Kye kiringa ekikomo ekiziguddwa lwakuba kuyaayaana kwa Katonda ffe okuddamu okutegeera Mukama waffe gyali ow'ekitiibwa n'obuyinza.

Era, wakaatiriza nti Mukama Ye Mwana wa Katonda. Yasalira ebintu byonna omusango. Yasingayo okuba Omutukuvu era ow'Obuyinza era ali omu ne Katonda Omutonzi. Agenda kusala omusango gw'ebintu byonna. Era tasobola kugeerageranyizibwa ku kitonde kyonna gamba nga omuntu oba ekibajje ekikoleddwa omuntu. Asaanidde okuweebwa ekitiibwa ekisingayo.

Yokaana 20:31 wagamba, "Naye buno bwawandiikibwa,

mulyoke mukkirize nti Yesu ye Kristo, Omwana wa Katonda, era bwe mukkiriza mube n'obulamu mu linnya Lye." 1 Yokaana 4:15 wagamba, "Buli ayatula nga Yesu ye Mwana wa Katonda, Katonda abeera mu ye, naye mu Katonda." Omuntu yekka gwe tulina okusinza era n'okuweereza ye Mukama Yesu ng'ono ali omu ne Katonda. Tewalina kubaayo kifaananyi kyonna oba ekitonde ekirina okusinzibwa.

Embeera Eziriwo Olwaleero Eziringa Ezaali mu Kanisa ya Suwatira

Olwaleero, ekkanisa ezimu zikkiririza mu by'obuwangwa n'ennono eby'ebifo ebyenjawulo nga bakulunga olugezigezi nti pretext obugumiikiriza bw'eddini eri ebintu ebimu.

Ekkanisa emu eganya Abakorea okusinza bajjajjaabwe. Kyokka ne bagamba nti bakkiririza mu Katonda omu ne Yesu Kristo ng'omulokozi waabwe, Naye nga bayinza batya okukola ekintu ng'ekyo. Kale okujjukira bajjajjaffe bye baakola n'okwebaza olw'ebyo bye baatuukako si kikyamu. Naye, bwe kituuka ku kuyingizaamu emikolo gy'obuwangwa egirimu n'okussaddaaka ne gigumiikirizibwa olw'empisa ezizze zikolebwa, kitegeeza nti kijja kuviirako okuwakanya amazima nga gano kye kigambo kya Katonda.

1 Abakkolinso 10:20 walaga bulungi nnyo nti, "Naye njogera ng'ab'amawanga bye bawaayo bawa eri balubaale, so si eri Katonda, nange ssaagala mmwe kubeeranga abasseekimu ne balubaale."

Ennaku zino, ekkanisa z'aba pulotesitante ezimu n'azo z'ogera ebintu bye bimu era ne beegatta n'eddiini endala ezisinza ebifaananyi, ne babagaliza n'emikisa. Bagamba nti okukola kino kwe kubeera n'omutima omunene, ogunoonya okutabaganya abantu bonna.

Naye Katonda ekyo takisanyukirangako ekkanisa bwe zikwatagana mu mikono n'ediini endala ezisinza ebifaananyi. Kuba kuvvoola Katonda okusindika ekibiina ky'abakung'anye okusaba ku mukolo abamawanga kwe bakolera emikolo gyabwe oba okuleeta abantu abasinza ebifaananyi okuyingira mu yeekaalu ya Katonda. Wadde tebagenderera kuvvoola Katonda, babeera bawakanya okwagala kwa Katonda era ekinaavaamu kutandika kumuwakanya, olw'obutamanya mazima bulungi.

Ebikolwa Ebibaawo Olw'obutamanya Mazima

Okuweereza n'okusinza Malyamu Omubeererevu, eyali olubuto lwa Yesu ku bw'Omwoyo Omutukuvu, kya kulabirako kirungi nnyo eky'ogera ku mbeera ey'okutegeera amazima obulungi. Kituufu, tebagamba nti basinza Mulyamu Omubeererevu ng'ekifaananyi. Bagamba nti bamussaamu kitiibwa ekisingirayo ddala olw'okuba yeyazaala Omulokozi, Mukama Yesu.

Naye ng'amazima gali nti ekivaamu baleetera abo abatasobola kutegeera bulungi mazima okuwaba kubanga tebamanyi mazima, okuvvunama n'okufukamira wansi okusaba mu maaso g'ekintu ekitondeddwa okulaga omuntu, kitonde butonde.

Mu Yokaana 19:26-27, "Awo Yesu bwe yalaba nnyina,

n'omuyigirizwa gwe yali ayagala ng'ayimiridde kumpi, n'agamba nnyina nti, 'Omukyala, laba, omwana wo!' Oluvannyuma n'agamba omuyigirizwa nti, 'Laba, nnyoko!' Awo okuva mu ssaawa eyo omuyigirizwa oyo n'amutwala eka ewuwe."

Yesu bwe yagamba Malyamu Omubeererevu nti, "Omwana wo," Yali ategeeza omuyigirizwa we, Yokaana, eyali ayimiridde okumpi awo, era Yesu yamuyita 'Omwana wo.' Yesu teyeeyitako 'Omwana.' Yesu era yayita Malyamu Omubeerervu, "Omukyala," Teyamuyitako nti "Maama."

Tewali wantu wonna wawandiikiddwa mu Bayibuli awalaga nti Yesu yali ayise ku Malyamu Omubeererevu 'maama.' Mu Yokaana essuula 2 Yesu bwe yakyusa amazzi ne gafuuka envinnyo, Yagamba Malyamu Omubeererevu nti, "Omukyala, onvunaana ki? ekiseera kyange tekinnaba" (olu. 4). Malyamu Omubeererevu yamuyita, 'Omukyala.'

Mu Okuva 3:14, Katonda agamba, "NINGA BWE NDI." Tewali muntu yenna yazaala Katonda. Tewali yatonda Katonda. N'olwekyo, Yesu, nga mu kusooka yali omu ne Katonda Kitaffe, tasobola kuyita Malyamu Omubeererevu, ekitonde obutonde, 'maama.'

Yesu teyafunibwa kuyita mu nkwaso ya Yosefu oba mu ggi lya Malyamu. Yafunibwa n'amaanyi ga Katonda Omwoyo Omutukuvu. Katonda ayinza byonna asobola okuteeka omuntu mu lubuto nga wadde tewabaddewo kwegatta kw'eggi n'enkwaso. Yesu yeeyazika bwe yazisi omubiri gwa Malyamu.

Ne mu Kuva 20:3-5 wagamba, "Tobanga na bakatonda balala wendi. Teweekoleranga ekifaananyi ekyole, newakubadde ekifaananyi eky'ekintu kyonna kyonna, ekiri waggulu mu ggulu, newakubadde ekiri wansi ku ttaka, newakubadde ekiri mu mazzi agali wansi w'ettaka. Tobivuunamiranga ebyo, so tobiweerezanga,."

Bayinza okulowooza nti tebasinza bifaananyi, naye olw'endowoozo ezikolebwa abantu, abantu abamu basinza ebifaananyi ne bawakanya okwagala kwa Katonda.

Bwe bagenda mu maaso n'okuwakanya amazima, nga kyokka bamanyi bulungi okwagala kwa Katonda, tebasobola kufuna kisa kya Katonda wadde okuyambibwa Omwoyo Omutukuvu. Kale, bajja kulumbibwa Setaani.

Engeri Endala Ez'okutambulira mu Ngeri Ewakanya Amazima

Okwongereza ku kino, mu mbeera nnyingi mu bulamu mulimu eby'okulabirako bingi ebikontana n'amazima. Eky'okulabirako, ekkanisa ezimu zikkiriza okunywa omwenge n'okufuweeta sigala. Naye nga ddala kino kikkirizibwa? Okunywa sigala n'Omwenge kiyinza obutaba kizibu. Naye ekizibu kwe kuba nti kireetera ebibi bingi okubaawo.

1 Abakkolinso 3:17 wagamba, "Omuntu yenna bw'azikirizanga yeekaalu ya Katonda, Katonda ali muzikiriza oyo, kubanga yeekaalu ya Katonda ntukuvu, ye mmwe." Nga bwe kyogeddwa, emibiri gyaffe ye yeekaalu ya Katonda entukuvu, era tetulina kugyonoona nga tufuweeta sigala oba okunywa

omwenge.

Era, waliwo abantu abatayatula bibi byabwe mu maaso ga Katonda, wabula mu maaso g'abantu ne babeera nga bebeegayirira Katonda ku lw'abantu. Yesu Kristo Yennyini yafuuka Omwegayirizi waffe era n'atununula okuva mu bibi byaffe, tusobole okufuuka abaana ba Katonda. Kale, kiyinza kukosa kitya Yesu ng'alaba kino n'abantu ab'ekika kino?

Yesu bwe yafa ku musaalaba, egigi ly'omu Yeekaalu ne liyulikamu ebiri okuva waggulu okutuuka wansi. Kyaliwo olw'okutuggulirawo ekkubo ffe okusobola okuwuliziganya obutereevu ne Katonda. Mu biseera by'Endagaano Enkadde, Kabona omukulu yawangayo ssaddaaka ku lw'abantu olw'ebibi byabwe. Naye okuva Yesu Kristo lwe yafuuka ssaddaaka etangirira, kyatusobozesa okuwuliziganya obutereevu ne Katonda.

Omuntu yenna akkiririza mu Yesu Kristo asobola okujja mu yeekaalu ya Katonda entukuvu n'amusinza. Bwe tusaba, tusobola okusaba eri Katonda butereevu, nga tetuyise mu kabona yenna oba nnabbi.

Era, omuntu ne bw'agamba, "Ekibi kyo kisonyiyiddwa," ebibi byaffe tebisobola kusonyiyibwa lwa bigambo byokka. Katonda yekka yekka yasonyiwa ebibi.

Omuntu asobola okubuuza, "Olwo kitegeeza ki Mukama bw'agamba abayigirizwa Be ng'amaze okuzuukira nti, 'Be munaggyangako ebibi bonna, baggibwako, be munaasibiranga ebibi bonna, basibirwa' nga bwe kyawandiikibwa mu Yokaana 20:23?" Naye waliwo ensonga mu bigambo bino okuba nti tebisobola kutuukira ku buli muntu.

Omuntu oyo abeera alina okuba nga afuuse omu ne Katonda ne Mukama era ng'ayagalibwa era ng'akkiriziddwa Ye. Nga bwe yagamba mu Yakobo 5:16, "N'okusaba kw'omuntu omutuukirivu kuyinza nnyo mu kukola kwakwo," essaala y'omuntu ayagalibwa Katonda era akkirizibwa Katonda kusobola okussa wansi okusasira n'ekisa kya Katonda.

Naye tekitegeeza nti omuntu ebibi bye bisobola okugibwaawo awatali kakwakkulizo konna. Ekisumuluzo eri okufuna okusonyiyibwa ebibi kiva ku muntu yennyini.

1 Yokaana 1:7 wagamba, "Naye bwe tutambulira mu musana, nga Ye bwali, tussa kimu ffekka na fekka, n'omusaayi gwa Yesu Omwana we gutunaazaako ekibi kyonna." Tusobola okusonyiyibwa ebibi okuyita mu musaayi gwa Yesu Kristo ogw'omuwendo singa twenenyeza ddala ebibi byaffe era ne tukyuka, ne tutambulira mu musana.

Bwe tuba nga tukyatambulira mu kizikiza nga tetwenenya n'okukyuka, kale omuntu wa Katonda ayagalibwa ennyo ne bwatusabira, Katonda tajja kutusonyiwa.

Okusaba eri Katonda okuyita mu mwegayirizi okusobola okufuna okusonyibwa kubanga kulaga obutategeera bulungi Bayibuli, era kiri wala nnyo n'okwagala kwa Katonda.

OKUSIIMA KWA MUKAMA ERI EKKANISA YA SUWATIRA

'Mmanyi ebikolwa byo n'okwagala n'okukkiriza n'okuweereza n'okugumiikiriza kwo, N'ebikolwa byo eby'oluvannyuma nga bingi okusinga eby'olubereberye. (Okubikkulirwa 2:19).

Yesu ayogera eri Ekkanisa ya Suwatira nti, "Mmanyi ebikolwa byo n'okwagala n'okukkiriza n'okuweereza n'okugumiikiriza kwo, N'ebikolwa byo eby'oluvannyuma nga bingi okusinga eby'olubereberye." Omuntu ayinza okulowooza nti ddala kuno kwali kusiimibwa okuva eri Mukama, naye nga ddala, si bwe kiri. Lwakuba ebikolwa byabwe eby'oluvannyuma byali bingi okusinga ebyasooka.

Ng'ogyeko Ekkanisa ya Efeso abaafiirwa okwagala kwabwe okwasooka era ne banenyezebwa Mukama, yo Ekkanisa ye Suwatira yalina ebikolwa bingi ekiseera bwe kyagenda kiyitakwo.

Okwagala, Okukkiriza, Okuweereza, n'okugumiikiriza ebye Kanisa ya Suwatira

Okusooka, baatenderezebwa olw'omulimu gwabwe. Wano, omulimu gwabwe gwali tegukwatagana ku bintu nga eby'amakolero oba bizinensi, naye gukwatagana ku bikolwa eby'omulimu mu Mukama. Bye bikolwa eby'omulimu gw'obwakabaka bwa Katonda era nga bye bintu byonna ebikoleddwa mu Mukama nga mwe muli n'okulokola emyoyo.

Okubuulira enjiri, okukyalira abantu, emirimu gy'obu minsane, egy'obwannakyewa, okubeera omwesigwa eri obuvunaanyizibwa bwa Katonda obukuweebwa, n'okuweereza abalala bye by'okulabirako by'emirimu nga gino.

Ekigendererwa ky'ekkanisa kwe kulokola emyoyo n'olw'obwakabaka bwa Katonda byokka. Abantu abamu bakola kino oba bizinensi eri nga bagamba nti bakikola olw'obwakabaka bwa Katonda, naye ng'ekigendererwa kyennyini munda mu mitima gyabwe babeera beenoonyeza byabwe.

Mu mbeera ng'eno, Katonda takisanyukira, era wajja kubaawo emitawaana. N'olwekyo, mu kanisa temulina kubaamu kintu kyonna kikwatagana na kukoleramu bizinensi ez'ensi. Era, Katonda tabeera musanyufu gye tuli bwe tusimbula emboozi ekwatagana ne bizinensi ez'ensi munda mu kanisa.

Ekirala, mu Kanisa ya Suwatira mwalimu okwagala. Walina okubaawo okwagala mu Mukama, era okwagala kuno tekulina kukyukakyuka Mukama kwe yatulaga. okwagala kuno kwa mwoyo era kwagala kwe nnyini, era abo bokka abalina okwagala nga kuno be ba Katonda.

Kwagala kwa Katonda ffe okuba nga twagalana (1 Yokaana 4:7-8), era lye tteeka eriggya eryatuweebwa. Tulina okwagala Katonda okusooka, era tulina n'okwagala balirwana baffe nga bwe tweyagala.

Ekkanisa ya Suwatira era yalina okukkiriza. Okukkiriza kukwatagana butereevu n'amazima. Omuntu tasobola kukkiririza mu balala nga ye yennyini mulimba mu mutima gwe. Okujjako ng'omuntu w'amazima mu mutima gwe lwasobola okulaba n'okumanya amazima mu balala era n'abakkiririzaamu.

Kye kimu n'okukkiriza. Bwe tuba nga tulina amazima mu mitima gyaffe, tusobola okukkiriza ekigambo kya Katonda nga kyo ge mazima. Abaebbulaniya 10:22 wagamba, "Tusemberenga n'omwoyo ogw'amazima olw'okukkiriza okutuukiridde." Bwe tuba n'emitima egy'amazima, tusobola okubeera n'okukkiriza okutuukiridde.

Era waaliyo n'okuweereza mu Kanisa ya Suwatira. Wadde Mukama yali mu kikula kya Katonda, teyeetwala nti Yenkana ne Katonda ekintu ekirina okukwatibwa (Bafiripi 2:6).
Nga bwe kyawandiikibwa mu Makko 10:45, awasoma nti, "Kubanga mazima Omwana w'omuntu teyajja kuweerezebwa, wabula okuweereza, n'okuwaayo obulamu bwe okununula abangi," Yesu yajja okutuweereza, so si kuweerezebwa.

N'olwekyo, ng'abaana ba Katonda, tulina okumulabirako, era tubeere nga tuweerezegana. Naye okuweereza Katonda kwatwagalamu kwe kuweereza okuva ku ntobo y'omutima gw'omuntu. Tulina abalala okubatwala nti batusingako bwe tuba nga tubaweereza. Kale tuleme kuweereza ku kungulu wokka, wabula okuva ku ntobo y'omutima gwaffe. Tusobola n'okussibwaamu ekitiibwa era ne tuweerezebwa n'omutima gumu okuva mu balala.

Ekisembayo, waaliyo okugumiikiriza mu Kanisa ya Suwatira. Matayo 7:13-14 wagamba, "Muyingire mu mulyango omufunda, kubanga omulyango mugazi, N'ekkubo eridda mu kuzikirira ddene, n'abo abayitamu bangi. Kubanga omulyango mufunda n'ekkubo eridda mu bulamu lya kanyigo, n'abo abaliraba batono

Engeri ekkubo eridda mu ggulu gye liri efunda, ffe okusobola okulitambuliramu, kyetaagisa okugumiikiriza kwaffe. Tulina okulwanyisa ennyo ekibi okutuuka ku ssa ery'okuyiwa omusaayi. Tulina okusaba n'okusiiba, era tubeere beesigwa olw'obwakabaka bwa Katonda. Olumu tuyinza n'okubonaabona olw'erinnya lya Mukama.

Okukkiriza kwaffe bwe kubeera kunafu, tuyinza okulowooza nti kizibu, era ne twagala tuwummulemu. Naye, Abaruumi 8:18 wagamba, "Kubanga ngera ng'okubonaabona kw'omu biro bya kaakati nga tekutuuka kwenkanyaankanya n'ekitiibwa ekigenda okutubikkulirwa ffe." Olw'okuba tumanyi obunene ekibala bwe kijja okwenkana nga tumaze okugumiikiriza ebintu bino, tusobola okuyimuka nate ne tukwata ekkubo enfunda. Eky'amazima, kasita tunaayimirira ku lwazi olw'okukkiriza, tujja kubeera nga tetukyawulira ng'abakaluubirirwa okutambulira mu kkubo efunda n'okugumiikiriza. Abaruumi 5:3-4 wagamba, "Okubonaabona kuleeta okugumiikiriza, nate okugumiikiriza kuleeta okukemebwa, nate okukemebwa kuleeta okusuubira." Nga bwe kyogera, tuba tujjudde essanyu n'okwebaaza mu mbeera yonna. Tusobola okutambula mu kkubo eridda eri ggulu n'emitima egijjde emirembe.

Katonda Ayagala Mazima Ag'omu Mutima n'Okukkiriza okwa ddala

Nga bwe kyanyonnyoddwa edda okusiima kwa Katonda eri Ekkanisa ya Suwatira tekwali kusiima kwennyini. Tekwali lwakuba ebikolwa byabwe, okwagala, n'okukkiriza byali bituukiridde mu maaso ga Katonda, Naye lwakuba ebikolwa byabwe eby'oluvannyuma byali bisinga eby'olubereberye.

Ebikolwa byabwe eby'oluvvanyuma byali bisinga eby'olubereberye, era kyali nti 'ebikolwa' byabwe eby'okungulu bye byali bisinga. Kwali kuwabula okuva eri Mukama ng'ayagala beetunulemu oba nga ddala ebikolwa byabwe eby'okungulu byali by'amazima.

Kungulu, ebikolwa byabwe ebirungi byali byeyongera okuba eby'amaanyi, naye nga ekigendererwa kyabyo ekya ddala kyali ki?

Tekyali nti ebikolwa byabwe ebirungi bye nnyini byali bikyamu. Kyali nti baali balina n'okwekebera oba nga ekigendererwa ky'ebikolwa byabwe ebirungi kyali kya kulaga obulungi bwabwe eri abantu abalala.

Ekikulu si kye kyo ekiragiddwa kungulu wabula omutima munda n'okukolera mu kukkiriza okw'amazima. Tuyinza okukola ebintu eby'amaanyi olwa Mukama era ne tuba n'ebikolwa eby'okwagala, okukkiriza, okuweereza, n'okugumiikiriza; naye ebintu bino bwe biba tebiviira ddala mu mitima gyaffe, tebisobola kubeerera ddala by'amazima era eby'amazima.

Eky'okulabirako, tusobola okuyamba abo abali mu bwetaavu. Naye, bwe tukikola tusobole okuwulira obulungi oba olw'okwagala kwaffe okweraga, nga tulowooza nti, 'Ffe tukoze ebintu bino byonna ebirungi. Kuno kwe kuyitibwa okwagala era okukkiriza!' olwo, tebisobola kuba by'amazima mu maaso ga Katonda oyo alaba ne mu mitima munda.

Waliwo embeera nga abantu abamu balinga abeesigwa mu mirimu gya Katonda era nga balabikanga abatambulira mu bulamu obujjude okukkiriza, naye ng'ate tebasiimibwa Katonda. Balabika nga Abakristaayo abeewaddeyo nga bakola emirimu egy'obwanakyewa mingi, nga baweereza abalala, era nga bakola ebikolwa ebirungi. Naye ng'ate bayinza okuba baaleekerawo okukomola emitima gyabwe.

Tebakola ku lw'obujjuvu bw'omwoyo Omutukuvu oba ku lw'esuubi ery'eggulu, wabula bakola n'okunyiikira okw'omubiri.

Kituufu tulina okufuba okukola emirimu egy'obwannakyewa mingi era twenyigire mu buvunaanyizibwa bungi mu kanisa, kubanga kirina okujja kyokka ffe okuzuula ebintu eby'okukola ebisanyusa mu maaso ga Katonda.

Naye nga ekintu ekisinga obukulu kwe kunoonya ekisa kya Katonda n'amaanyi okuva ku ntobo y'emitima gyaffe, era tukyuke nga tweyongera kudda mu mwoyo. Olwo lwokka emirimu gyaffe egy'obwannakyewa n'okuweereza lwe biyinza okufuuka ebikolwa ebiva mu kukkiriza okw'amazima.

Okukkiriza okutaliimu bikolwa kubeera kufu, wabula ebikolwa ebitaliimu kukkiriza tebiriimu makulu. Ne bwe tukola emirimu emingi mu linnya lya Mukama, bwe tutafuba kweggyako bubi mu mitima gyaffe era ne tutafuga bulamu bwaffe mu mirimu gy'Omwoyo Omutukuvu, tekuba kukkiriza kwa mwoyo, era tebubeera bulamu bwa Kikristaayo obw'omwoyo.

Tuyinza okulabika ng'abakozi abanyiikivu, naye ng'ate tetukkiririza oba okugondera ekigambo ekitakwatagana na birowoozo byaffe. Tetujja kusobola kutegeera mutima n'okwagala kwa Katonda era tetujja na kutegeera ebigambo eby'amakulu ag'omwoyo ag'omunda ddala bye tujja okufuna. Tujja kusigala mu mbeera ey'okukkiriza okw'omubiri. Ebikolwa eby'okukkiriza kuno okw'omubiri bisobola okusiimibwa abo abalaba kungulu kwokka, naye si Katonda oyo akebera mu mitima munda.

N'olwaleero, tusobola okutambulira mu bulamu obw'ekikristaayo obutaliimu mazimu ag'omu mutima, naye na ndabika ya kungulu eyo esobola okusiimibwa abalala. N'olwekyo, tulina okwekebera ekika ky'omutima gwe tusitudde.

Si dda nnyo waliwo sisita eyali amanyiddwa ennyo eyafa era ng'obulamu bwe obusinga yali abumalidde mu kuyamba bakateeyamba. Yafuna n'omuddaali ogw'okusiimibwa. Kubanga obulamu bwe bwonna yabuwaayo olw'okuyamba abanaku.

Naye tusobola okulaba bulamu bwa kika ki mu kukkiriza bwe yali atambuliramu okuva mu bbaluwa gye yawandiika. Akatabo k'amawulire akayitibwa TIME kawaandiika nti yali tawulira kubeerawo kwa Katonda okuva lwe yatandika okuyamba bakateeyamba okutuuka lwe yafa. Obulumi mu mutima gwe yabugeraageranya n'obulumi bwa ggeyeena, era yali takakasa oba nga ddala waliyo eggulu ne Katonda.

Yasiimibwa era n'atenderezebwa abantu olw'okwewaayo kwe eri abeetaaga. Naye okukkiriza kwe tekwali okukkiriza okusiimibwa Katonda. Eyo yensonga lwaki teyatambuliranga mu bulamu mu Kristo okusobola okusisinkana Katonda omulamu n'okufuna okuddibwaamu okuva Gyali.

Ebikolwa byaffe eby'oluvannyuma birina okusinga ebyasooka, kyokka mu kiseera kye kimu, tulina okubeera n'ebikolwa eby'amazima n'okukkiriza okw'amazima okwo okusobola okusiimibwa Katonda.

Okunenya kwa Mukama eri Ekkanisa ya Suwatira

Naye nnina ensonga ku ggwe, Kubanga oleka omukazi oli Yazeberi, eyeeyita nnabbi, n'ayigiriza n'akyamya abaddu bange okwendanga, n'okulyanga ebyaweebwanga eri ebifaananyi. Era nnamuwa ebbanga okwenenya, N'atayagala kwenenya mu bwenzi bwe. Laba mmusuula ku kiriri, n'abo abenda naye mu kubonaabona okungi, bwe bateenenya mu bikolwa bye. Era n'abaana be ndibatta n'olumbe, ekkanisa zonna ne zitegeera nga nze nzuuyo akebera emmeeme n'emitima, era ndiwa buli muntu mu mmwe ng'ebikolwa byammwe bwe biri. (Okubikkulirwa 2:20-23).

Ekkanisa ya Suwatira yalina okunnyiikira n'obwesigwa eby'omubiri naye nga baali si bannyiikivu mu kukomola emitima gyabwe. Yensonga lwaki baakola ekibi eky'okulya ebyo ebyaweebwangayo eri bakatonda era ne bakkiriza okulimbibwa ba nnabbi ab'obulimba nga Yezeberi. Kino Katonda yakibanenyeza.

Ekkanisa ya Suwatira Yakkiriza Yazeberi, Omukazi eyeeyita Nnabbi

Yazeberi yali muwala wa kabaka w'Abasidoni mu kyasa eky'omwenda nga Krsito Tannajja. Yafumbirwa Akabu, kabaka wa Isiraeri. Bwe yafumbirwa Akabu, N'aleeta okusinza ebifaananyi eby'omu nsi ye mu Isiraeri, era mu dda Akab Kabaka n'abantu be ne baddugazibwa olw'okusinza ebifaananyi.

Wadde omusajja wa Katonda, Eliya, yayita, omuliro okuva mu ggulu ne gukka ku nsi, era n'atonnyesa enkuba n'amaanyi ga Katonda ag'ewuunyisa, era omukazi ono teyeenenya, wabula ate yagezaako kutta Eliya. Yakola ebintu ebibi bingi era n'akwata ne ku Kabaka Akabu n'obukoddyo bwe obw'ekirogo. Yezeberi yayongeranga kibi ku kibi, era oluvannyuma yasisinkana okufa okubi ennyo nga Nnabbi Eliya bwe yalangirira.

Akabu Kabaka naye yakolimirwa Katonda, era naye n'afa enfa embi mu lutalo.

Isiraeri yabonaabona nnyo olwa Yezeberi. Ensonga lwaki enkuba yaleka okutonya okumala emyaka essatu n'ekitundu kyabaawo lwakuba Katonda yali abaggyeeko amaaso Ge anti baali bajjudde ekibi kya Yezeberi (1 Bassekabaka 17:1; Yakobo 5:17).

Ekkanisa ya Suwatira nayo yagumiikiriza ensulo y'ekibi kya Yezeberi mu kanisa era ne baddugazibwa ekibi kino.

2 Abakkolinso 6:14-16 wagamba, "Temwegattanga na batakkiriza kubanga temwenkanankana, kubanga obutuukirivu n'obujeemu bugabana butya? oba musana gussa kimu gutya n'ekizikiza? Era Kristo atabagana atya ne Beriyali, oba mugabo ki eri omukkiriza n'atali mukkiriza? Era yeekaalu ya Katonda yeegatta etya n'ebifaananyi, kubanga ffe tuli yeekaalu ya Katonda omulamu, nga Katonda bwe yayogera nti, 'Nnabeeranga mu bo, ne ntambulira mu bo, nange nnaabeeranga Katonda waabwe nabo banaabeeranga bantu Bange.'"

Katonda alabula abaana Be emirundi mingi mu Bayibuli obuteegatta wamu n'abantu ababi. Era, tetulina kugumiikiriza engeri ebintu by'ensi gye bikolebwaamu. Tetulina kugumiikiriza kukemebwa olw'agatali mazima.

Bwe twegatta awamu n'abo abawakanya Katonda mu bulamu bwaffe kinnoomu kwe kugamba nga tubafumbirwa oba mu bizinensi, tujja kubonaabona n'ebigezo n'okubonaabona. Ne bwe tugezaako tutya, bwe tuba nga twegasse n'abo abawakanya okwagala kwa Katonda, okukkiriza kwaffe nakwo kujja kuziyizibwa, era naffe tuyinza okukemebwa ensi.

Ente ezirima bwe ziba zisibiddwa mu kyuma kimu era emu ku zo n'egezaako okugenda erudda olulala oba okunafuwa, eno endala ne bwegezaako etya, tesobola kugenda gyerina kugenda. Mu ngeri y'emu, bwe twegatta wamu abatali mu kkubo tuufu ne Katonda, tujja kufuna emitawaana mu kukula kwaffe okw'omwoyo era kitubeerere kizibu okufuna emikisa.

Tekitegeeza nti mu mbeera zonna tulina okwewala omuntu yenna atakkiririza mu Mukama mu maka gaffe oba ku mulimu, naye tetulina kukola nsobi ey'okugumiikiriza bantu nga Yezeberi era tuleme n'okwegatta n'abo.

Ekkanisa ya Suwatira Yanenyezebwa Olw'okulya Ebintu Ebiweereddwa Eri Ebifaananyi

Mukama y'awa ekkanisa ye Suwatira ekigambo eky'okunenya kubanga baaleka omukazi Yezeberi eyeeyitanga nnabbi n'akyamya abaddu Be okwendanga, n'okulyanga ebyaweebwanga eri ebifaananyi.

Wano, 'Okulyanga ebyaweebwanga eri Ebifaananyi' tekyali ku makulu ag'okungulu gokka, 'okulya ebintu ebiweereddwayo eri ebifaananyi.' Kwali kulabula ku bikolwa ebibi ebyaweerekeranga oba ebyekuusanga n'okulya emmere eweereddwa eri ebifaananyi. Beenyigiranga ne mu kusinza ebifaananyi' n'okwendanga. Kino kyali kizibu ky'amaanyi ddala.

Mu Bikolwa essuula 15, tuzuula nti omutume n'abakadde baalagira abamawanga abaali bakkiriza enjiri okulekayo ebintu ng'okulyanga ebintu ebiweereddwayo eri ebifaananyi n'omusaayi n'ebintu byonna ebittiddwa n'ebyo ebiva mu kwegatta okumenya amateeka.

Abayudaaya mu biseera ebyo baali bakuziddwa wansi w'amaateeka amakakali mu kukuuma Amateeka. Era kyali si kizibu gye bali okugondera ekyo Katonda kye Yagaana. Naye Abamawanga, tekyababeerera kyangu bo okukuuma Amateeka. Kale mu lukiiko lwe baalimu n'abatume, baasalawo okuwa abamawanga abaali bakkirizza eddembe mu bintu ebimu wabula si mu byonna.

Ensonga lwaki babagamba okwewala ebintu ebiweereddwayo eri ebifaananyi kyali nti kubanga baali bajja kuddamu okuddugazibwa nga beegatta mu kusinza ebifaananyi n'ebirala ebigenderako singa baali kumpi n'ebintu ebiweereddwayo eri ebifaananyi. Naye mu 1 Timoseewo 4:4 wagamba, "Kubanga buli kitonde kya Katonda kirungi, so si wali kya kusuula bwe kitoolebwa n'okwebaza."

N'olwekyo, tetusobola kugamba nti okulya emmere eweereddwayo eri ebifaananyi nti kyo kyennyini kibi okujjako nga twetabye mu mikolo gy'okusinza ebifaananyi. Wadde emmere ebadde mu maaso ga bifaananyi, olw'okuba emmere yonna yaweebwa Katonda, kasita tugirya n'okukkiriza, tekirina mutawaana.

Naye mu 1 Bakkolinso 8:7 wagamba, "Naye okutegeera okwo tekuli mu bantu bonna, naye abalala, kubanga baamanyiira ebifaananyi okutuusa kaakano, balya ng'ekiweereddwa eri ekifaananyi, n'omwoyo gwabwe, kubanga munafu, gubeera n'empita mbi." Kwe kugamba, omuntu atali mumalirivu mu kukkiriza bw'alya emmere eweeredwayo eri ebifaananyi ng'alowooza nti kibi, kale okukkiriza kwe kujja kuba kwonoonebwa kubanga akola ekyo kyatwala nti kibi.

Era, 1 Abakkolinso 8:10 wasoma, "Kubanga omuntu bw'akulaba ggwe alina okutegeera ng'otudde ku mmere mu ssabo ly'ekifaananyi, omwoyo gw'oyo bw'aba nga munafu, teguliguma kulya ebiweebwa eri ebifaananyi?" Singa omuntu omunafu mu kukkiriza alaba gwe batwala okuba n'okukkiriza ng'alya mu ssabo ly'ekifaananyi, asobola okulowooza nti kikkirizibwa okulya emmere eweereddwayo eri ebifaananyi. Naye bw'atandika okulya ebintu ebiweereddwayo eri ebifaananyi nga tafaayo kumulaba, ayinza n'okwenyigira mu bibi ebisingawo.

N'olwekyo, wadde okukkiriza kwaffe kunywevu okuba nga tusobola okulya emmere eweereddwayo eri ebifaananyi, bwe tuba nga tuyinza okuviirako ab'oluganda abakyali abanafu mu kukkiriza okugwa olwa kyo, kiba kisingako obutalya mmere eyo.

Amakulu Ag'omwoyo Ag'okwenda n'Ebintu Ebiweereddwayo Eri Ebifaananyi

Ebikolwa eby'obwenzi n'okulya emmere eweereddwayo eri ebifaananyi tekitegeeza bikolwa bya kungulu byokka. Mu makulu ag'omwoyo, abaana ba Katonda bwe bagala ekintu ennyo okusinga Katonda, oba okusinza ebifaananyi Katonda kyatayagala, bwe bwenzi obw'omwoyo.

Era, bwe beegatta n'abantu abakema abakkiriza okugwa mu kwegomba kw'ensi n'okugoberera agatali mazima, era ne beenyigira mu bikolwa byabwe, kuba kulya mmere eweereddwayo eri ebifaananyi. Ekkanisa ya Suwatira bwe baagumiikiriza

Yezeberi, baatandika n'okugumiikiriza obwenzi n'okusinza ebifaananyi mu kanisa, era yensonga lwaki baanenyezebwa Mukama.

Ekibiina ekyagattanga ab'eby'emikono mu kibuga Suwatira kyakulaakulana nnyo era abantu n'ab'ekkanisa baakemebwanga nnyo okusinza ebifaananyi okuyita mu mikolo egyakolebwanga mu kibiina ekyo. Abo bonna be baakolanga nabo oba bwe baakolanga bizinensi baali basinza ebifaananyi bizinensi zaabwe zisobole okukulaakulana. Ba memba b'ekkanisa bwe bateenyigiranga mu mikolo, bateekwa okuba baakyayibwanga oba n'okubayigganya. Katukubiseemu akafaananyi omusajja oyo, eyeeyita bulaaza mu Kristo, ajja gye bali era n'abakema ng'amanyi bulungi bali mu nnaku.

"Mu mutima gwo tokkiririza mu kifaananyi ekyo. Bw'onoovunama omulundi gumu mu maaso g'ekifaananyi ekyo, buli kimu kijja kutereera. Tosigala nga ggwe wekka yeeyeeyisa nga bwe weeyisa. Katonda kwagala."

"Bw'onoobeera n'empaka bw'oyo, abantu bonna ne bakukyawa, kijja kulabika bulala, era kijja kulemesa Katonda okuddizibwa ekitiibwa, oyinza n'obutasobola kubuulira njiri muntu mulala yenna. Ggwe okusobola abantu okubabuulira enjiri, tolowooza nti ky'amagezi gwe okuvunnamira ekifaananyi omulundi gumu gwokka?"

Wadde bakimanyi bulungi nti si ge mazima, abantu abamu

bekkiriranya munda mu bbo ne bakiraba ng'ekituufu, era ne bakema n'abalala nga Yezeberi bwe yakola. Watya ng'abantu bano bakulembeze mu kanisa oba nga basumba?

Singa omuntu yali wakuvaayo butereevu n'atugamba nti, "Katuwakanye Katonda. Katwonoone," kasita tuba nga tulinamu okukkiriza ne bwe kuba kutono bwe kuti, twandibadde bulindaala era ne tugezaako okumwewala. Naye omuntu ku ngula bwayogera ekigambo kya Katonda ng'agamba, "Nze mpuliziganya ne Katonda. Ndi nnabbi era omuweereza wa Katonda," abo abalina okukkiriza okunafu basobola okulimbibwa.

Bw'aba nga ddala nnabbi wa Katonda, awo obukakafu obulaga nti Katonda ali naye bulina okumugoberera. Alina okubeera n'ekibala eky'omusana n'ekibala eky'Omwoyo Omutukuvu gamba nga obulungi, okwagala, okwewaayo, obukakkamu. Nga n'okusingira ddala, alina okubeera n'obuyinza era ng'agobererwa emirimu egy'amaanyi ga Katonda egiragibwa okukakasa nti Katonda akkiriziganya naye.

Abo abakulembeddwamu emirimu egy'Omwoyo Omutukuvu basobola okutegeera nnabbi omutuufu n'atali n'ekibala kye, wadde nga teyeeyita nnabbi. Ate era, nnabbi ow'obulimba bwe yeeyita nnabbi nga Yezeberi bwe yakola, bwategeerebwa n'amazima, kye nnyini kyali kibikkulwa.

Ekyamateeka Olw'okubiri 18:22 wagamba, "Nnabbi

bw'anaayogeranga mu linnya lya Mukama, ekigambo ekyo bwe kitajja so tekituukirira, ekyo kye kigambo Mukama ky'atayogedde. Nnabbi ng'akyogedde nga yeetulinkiridde, tomutyanga."

Ensonga Lwaki Tetulina Kukkiriza Bannabbi Ab'obulimba

Nnabbi eyeeyita nnabbi kyokka n'awaayiriza abalala n'ebigambo ebibi, n'akolokota abalala n'okubasalira omusango, nga yeenoonyeza bibye n'obulimba, era ng'ayawukanya abantu bubi nnyo oyo abeera nnabbi wa bulimba. Nnabbi w'obulimba yaleeta emitawaana mu kanisa ne mu bamemba ng'akozesa obulimba bungi, n'obukuusa.

Talung'amya bantu kwagala Katonda. Kyakola kwe ku kubasigamu ebintu eby'omubiri era eby'ensi, era aleetera abantu okumugobererwa mu ngeri ze ez'omu biri.

Bwe twesembereza omuntu ng'oyo, tujja kunnyikira mu gatali mazima nga tetukitegedde na kukitegeera. N'olwekyo, ekkanisa ky'eva terina kugumiikiriza muntu nga Yezeberi, era balemenga okukemebwa okukola ebibi wamu ne bannabbi ab'obulimba.

Kituufu, emu ku ndiga bwetagonda era n'ereeta emitawaana mu kanisa nga yeeyita nnabbi, nnabbi omutuufu alina okugumiikiriza era n'akulembera ekisibo n'okwagala.

Naye tulina okukimanya nti tekuba kwagala ffe okugumiikiriza ekkung'anro lya Setaani. Era si kwagala okugumiikiriza omuntu nga Yezeberi oyo akema abakkiriza okugwa mu kuzikirira n'okumukkiriza okukola nga bwayagala munda mu kanisa.

Matayo 18:15-17 wanyonyola engeri gye tulina okukwatamu abo abaleeta emitawaana mu kanisa.

Muganda wo bw'akukola obubi, genda, omubuulirire ggwe naye mwekka; bw'akuwulira, ng'ofunye muganda wo. Naye bw'atawulira, twala omulala naawe oba babiri, era mu kamwa k'abajulirwa ababiri oba basatu buli kigambo kikakate. Era bw'agaana okuwulira abo, buulira ekkanisa, ate bw'agaana okuwulira n'ekkanisa, abeere gy'oli nga munnaggwanga era omuwooza.

Tulina okugoberera enkola eno. Bwe yeenenya, tulina okumusonyiwa era ne tubikka ku kuswazibwa kwe yayitamu. Naye bw'ateenenya n'okukyuka n'agaana n'agenda mu maaso okutuuka ku nkomerero, tetulina kumuleka kwonoona kanisa alemese ekitiibwa kya Katonda.

Naye mu kiseera kye kimu, tulina okukikola n'omutima gwa Mukama oyo atakutula lumuli lwatise oba okuzikiza tadooba esumagira.

Katonda Ateekawo Omukisa Ogw'okwenenya

Omuntu bw'ayonoona era n'asobya mu maaso ga Katonda,

ekibonerezo tekijja gyali mangu ago. Oba mu kigambo ekibuulirwa ku kituuti, oba okuyita mu mulimu ogw'Omwoyo Omutukuvu, Katonda amuwa omukisa okutegeera ekibi kye ne yeenenya era n'akyuke.

Wabula, wadde aweereddwa omukisa okutegeera ekibi kye, omutima gwe bwe guba gukyali mukakanyavu era nga takyuse, ekibonerezo kijja kumukkako okuyita mu kulumbibwa Setaani. Kitandika n'ekibonerezo ekyangu. Era bw'asigala nga takyuse, ebibonerezo ebisingawo bijja kumuweebwa.

Bwe kityo bwe kyali ne ku bibonoobono ekkumi ebyagwa ku Misiri mu kiseera ky'aba Isiraeri okuva mu Misiri. Mu kusooka, omugga gwonna gw'afuuka musaayi abantu ne batasobola kunywa amazzi ne waddawo ekibonoobono ky'ebikere ebyabuna buli wamu, ne mu bibbo omugoyerwa emmere.

Wadde ebibonoobono byali bibuza ku muntu emirembe n'okumunakuwaza, naye era obulabe obwaliwo ekiseera ekyo bwali tebunaba bunene bwe batasobola kuvaamu. Kyandibadde kirungi singa Falaawo ebyo byamukyusa, naye ebibonoobono bwe byagibwaawo, n'addamu okujeemera okwagala kwa Katonda kale n'aba ng'alina okusisinkana ebibonoobono ebisingawo.

Waddawo ebibonoobono by'ebizimba ebyali byatika ne nsekere. Yasisinkana ekibonoobono ky'omuzira n'ekibonoobono ky'enzige. Yalina okufiirwa ensimbi nnyingi olw'ebibonoobono bino.

Naye era teyakyusa. Era ekyavaamu abaana abalenzi ababereberye omuli ne mutabani wa Falaawo, n'abaweereza be, n'abaddu bonna n'ebisolo ne bafa. Naye era Falaawo yagaana okwenenya, era olwagira Ennyanja Emyufu n'emumira.

Engero 3:11 wagamba, "Mwana wange, tonyoomanga kubuulirira kwa MUKAMA: so n'okunenya kwe kulemenga okukukooya." Abaana ba Katonda bwe beebalama okwagala kwa Katonda, Omwoyo Omutukuvu akunkubaga. Bajja kubulwa emirembe mu mitima gyabwe era bawulire nga batawanyizibwa mu mitima gyabwe.

Era, Katonda abawa obubonero obw'enjawulo basobole okukitegeera. Bwe babeera nga tebakitegeera, Katonda aganya ekibonerezo okubajjira. Balumizibwa, ne bafuna endwadde oba ne bagwa ku kabenje. Basobola n'okufuna ekizibu mu maka gaabwe oba mu bizinensi zaabwe. Bayinza okufiirwa ensimbi.

Olw'okuba tuli baana ba Katonda, Katonda atukangavvula bwe tuba nga tukyamye okuva ku mazima tusobole okutambulira mu kkubo ettuufu. Bwe watabaawo kukangavvulwa kwonna nga tumaze okwonoona, kitegeeza tetuli baana ba Katonda wabula abeebolereze. Era kino kye kisinga okutiisa okusinga okukangavvulwa (Abaebbulaniya 12:8).

N'olwekyo, bwe tubonerezebwa olw'ebibi byaffe, tetulina kuwulira bubi oba okuggwaamu amaanyi, wabula tukitwale n'okwebaza okuva ku ntobo y'omutima gwaffe, era tukyuse mangu ddala nga bwe kisoboka. Olwo, Katonda ajjudde okusaasira era Ow'ekisa ajja kutusonyiwa. Ajja kutulokola mu kubonaabona era Atukuume okuva mu bibonoobono. Ajja kutuganya okubeera wansi w'emirembe Gye n'obukuumi nate.

Embeera nga Tetukozesezza Mukisa Gutuweereddwa Kukyuka N'okwenenya

Naye bwe tutakyuka kubivaamu, nga wadde Katonda atuwadde omukisa okwenenya okuyita mu kibonerezo, tujja kukungula ebyo bye tusiga ku nsi kuno. Ku lunaku olw'enkomerero, tujja kusalirwa okufa okw'olubeerera.

Ekkanisa ya Suwatira n'ayo yaweebwa omukisa okwenenya, naye tebaakyuka, era bwe batyo baalina okuyita mu bigezo eby'amaanyi. Mukama abalabula ng'abagamba nti, "Laba mmusuula ku kiriri, n'abo abenda naye mu kubonaabona okungi, bwe bateenenya mu bikolwa bye." (olu. 22).

Okutwaliza awamu, obuliri buwa abantu okuwummula n'okuwulira obulungi; Buleetera abantu okwagala okubugwako bawummule. Naye mu By'omwoyo, ekiriri kino kye kifo Yezeberi kwakolera ebintu ebivve. Kye kifo Katonda ky'atayagalira ddala era kye yavaako. N'olwekyo, ebigambo nti, 'okumusuula ku kiriri ky'endwadde' kitegeeza nti Mukama ajja kuba musunguwavu eri ababi abatakyuka nga wadde abawadde omukisa okukyuka. Kitegeeza nti Mukama ajja kubasuula mu mbeera ezijjudde okubonaabona.

Olumu, ababi babeera ng'abali mu kweyagalira mu bingi bye bafunye olw'okuba ekibonerezo n'okubonaabona tebigirawo gye bali. Abantu abamu bamanyi n'okugamba, "Ddala oba nga Katonda gyali, Ayinza atya okuleka omusajja omubi bwatyo n'alya butaala?" era ne beemulugunya.

Naye Zabuli 37:1-2 wagamba, "Teweeraliikiriranga lw'abo abakola obubi, So tokwatibwanga buggya ku abo abakola ebitali bya butuukirivu. Kubanga balisalwa mangu ng'essubi, Baliwotoka ng'omuddo ogumera." Zabuli 37:10 era n'awo wagamba, "Kubanga waliba akaseera katono, n'omubi talibeerawo. Weewaawo, ekifo kye olikitunuulira ddala, naye talibeerawo."

Nga bwe kyawandiikibwa, wadde abantu ababi bayinza okulabika ng'abali obulungi okumala akaseera, era ne babeera nga abawulira obulungi ennyo nga gyoli bali ku kiriri, bwe basala ekkomo ly'obwenkanya, bajja kusisinkanirawo omusango.

Olumu, kibeera nga nti bo tebasalirwa musango, wabula okubeera mu bulamu obw'eddembe mu bulamu bwabwe ku nsi. Naye bajja kumala basuulibwe mu muliro ogw'okufa okw'olubeerera nga ye ggeyeena. Kale tebasobola kugambibwa nti bali bulungi.

Ekiriri Yezeberi kwe yasuulibwa kiyinza okuba nga kirabika bulungi eri abo abatamanyi mazima gano basobole okutwalibwa mu kukemebwa era bonna wamu bakole ebibi. Eri abantu ab'ekika ekyo, Mukama agamba, "N'abo abenda naye ndibasuula mu kubonaabona okungi, bwe bateenenya mu bikolwa bye."

Olwo, 'okubonaabona okungi' kutegeeza ki wano? Kitegeeza omusango ogw'oluvannyuma ogw'obutalokolebwa n'okugwa mu ggeyeena oba abo abanaalaba Mukama ng'ajja, ne bayita mu Myaka Omusanvu Egy'okubonaabona Okw'amaanyi.

Katonda Omusango Agusala Okusinziira Ku Bwenkanya

Waliwo embeera nga ekikolwa ky'omuntu omu tekimala galeeta kubonaabona ku bonna; kyokka waliwo lw'ekiba ng'omusango gw'omuntu omu guyinza okuvaako okubonaanona okunene eri abantu abangi.

Embeera esooka ye y'eggwanga lyonna okubonaabona olw'ekibi ky'omukulembeze w'eggwanga. Ey'okubiri ye kanisa yonna okubonaabona Olw'omusumba waayo, singa omusumba nga ye mukulembeze w'ekkanisa abeera tayimiridde bulungi mu maaso ga Katonda. Ey'okusatu ye y'amaka agabonaabona olw'omuntu omu mu maka ago okuba nga aliko ekibi kye yakola.

Embeera ya Yezeberi etuukira ku mbeera zonna essatu. Yezeberi yalinga maama w'eggwanga. Yekema omwami we kabaka, abantu abamuweereza, n'abantu be okw'onoona. Yateekawo Abasinza ebifaananyi okuba nga bebakulembeze b'eddiini. Yensonga lwaki eggwanga lyonna lyalina okusisinkana okubonaabona okw'amaanyi okwekyeeya ekyamala emyaka essatu n'ekitundu. Era Yezeberi yennyini okufa okwentiisa.

Olw'amazima gano, tusobola okukizuula nti entalo mu ggwanga oba okubonaabona okw'amaanyi tebimala gabeerawo; Byonna bijja olw'etteeka ery'obwenkanya. Bwe kityo bwe kiri ne ku mirimu gyaffe oba mu kanisa.

N'olwekyo, tulina okujjukira nti ekifo kyaffe gye kikoma okuba ekya waggulu, n'obuvunaanyizibwa bwaffe gye bukoma mu by'ensi ne mu kanisa. Omukulembeza bw'aba bulindaala era ng'asaba, omubiri gwe yagalira mu kuba obulungi. Ne bwe wabaawo ekigezo, kijja kuvaawo mangu.

Olw'okuba Katonda anoonya mu ndala ddala mu mutima gwa buli muntu n'eriiso lye erifaanana ennimi z'omuliro, tewali asobola kumulimba. Abantu nga Yezeberi N'abo abeegatta naye, ddala bajja kusisinkana omusango mu bwenkanya

Mu lunyiriri 23, Mukama agamba, "Era n'abaana be ndibatta n'olumbe, ekkanisa zonna ne zitegeera nga nze nzuuyo akebera emmeeme n'emitima, era ndiwa buli muntu mu mmwe ng'ebikolwa byammwe bwe biri."

Ekigambo eky'okulabula, "Abaana be ndibatta n'olumbe" era kitegeeza ekibonerezo oba okubonaabona ebijja mu bwenkanya. Wabula tekitegeeza nti buli kibonereze oba okubonaabona bijja kujja eri abaana.

Ekinaava mu kibi ky'omuntu omu, amaka agalimu omukwano, omwami oba omukyala ayinza okubonaabona olw'ebbulwa ly'ensimbi oba obulwadde. Obwenkanya bwa Katonda bujja kubikkulibwa okuyita mu mbeera ng'eyo abantu bonna bakirabe bulungi nti Katonda takebera bikolwa byokka wabula ne mmeeme, okwagala, n'omutima.

Kale, ng'okubonaabona tekunnabaawo, Katonda atuganya okutegeera ensobi zaffe mu ngeri ez'enjawulo. Atulabula okuyita mu bubaka obubuulirwa, oba okuyita mu bantu be tubadde tetusuubira.

Kasita tubeera n'amatu ag'omwoyo okumuwulira, tusobola okuwulira nti Katonda anoonya mu mitima gyaffe ne mu mmeeme, nti era Atubeererawo ne mu buntu obutono. Engero 15:3 wagamba, "Amaaso ga MUKAMA gaba mu buli kifo, nga galabirira ababi n'abalungi," ne Zabuli 139:3 wagamba, "Onoonyeza ddala ekkubo lyange n'okwebaka kwange. Era omanyi amagenda gange gonna."

Katonda Ayinza byonna amanyi si bigambo byokka n'ebikolwa bya buli omu, wabula n'omutima. Amanyi n'akannyomero akasemberayo ddala ak'omu mutima. Tetusobola ku mukweka eriiso eritunudde obubi eri omuntu omulala wadde kibadde kya kiseera kitono nnyo. N'ekikolwa ekitono ennyo eky'obulungi kye tukola mu kyama kijja kulagibwa bulungi nnyo ku Lunaku olw'Omusango.

N'olwekyo, Tulina okussaayo Omwoyo eri eddoboozi lya Katonda oyo anoonya mu mitima gyaffe munda era tubeere bulindaala tusobole obutagoberera kuyigiriza kwa Yezeberi.

Okuwabula kwa Mukama N'ekisuubizo eri Ekkanisa ya Suwatira

Naye mmwe mbagamba, abasigalawo ab'omu Suwatira bonna abatalina kuyigirizibwa kuno, abatamanyi bya buziba bya Setaani, nga bwe boogera, sibateekako mmwe mugugu mulala. Wabula kye mulina mukikwatenga, okutuusa lwe ndijja. Era awangula n'akwatanga ebikolwa byange okutuusa lwe ndijja. Era awangula n'akwatanga ebikolwa byange okutuusa ku nkomerero, oyo ndimuwa amaanyi ku mawanga, era alibalunda n'omuggo gw'ekyuma, ng'ebibya ebibumbe bwe byatikayatika, era nange nga bwe nnaweebwa Kitange. era ndimuwa emmunyeenye ey'enkya. Alina okutu awulire Omwoyo ky'agamba ekkanisa (Okubikkulirwa 2:24-29).

Katonda ye Katonda omwenkanya oyo asasula okusinziira ku bikolwa mu bwenkanya. Kyokka mu kiseera kye kimu, Ye

Katonda kwagala oyo agumiikiriza okumala ebbanga eddene.

2 Peetero 3:9 wagamba, "Mukama waffe talwisa kye Yasuubiza, ng'abalala bwe balowooza okulwa, naye agumiikiriza gye muli nga tayagala muntu yenna kubula, naye bonna batuuke okwenenya."

Guno omutima gwa Katonda gusangibwa mu magezi ga Mukama ge yawa Ekkanisa ya Suwatira. Mukama teyava ku Kanisa ye Suwatira eyali teyeenenya wabula n'abawabula.

Ekkanisa ya Suwatira Eyali Teyeenenya

Mu Kanisa ya Suwatira, 'Abasigalawo bonna abatalina kuyigirizibwa kuno' kitegeeza abo abakkiriza abaggya abatannatambulira mu kigambo kya Katonda. Bannyikira okuwuliriza ekigambo kya Katonda, kyokka tebalina kukkiriza kumala okukuuma ekigambo.

Kati, Mukama agamba nti tebannamanya bintu eby'ebuziba ebya Setaani. Mu makulu aga leero, kitegeeza abo abasigala mu ddiini esinza ebifaananyi, naye nga tebategeera nti mulimu gwa Setaani.

Ensi zonna zirina amateeka kwe zitambulira. Kasita g'aba nga gakuumiddwa, buli kimu kiba bulungi. Naye, bwe babeera tebagamanyi bayinza okugamenya, era ne babonerezebwa. Bwe kityo bwe kiri ne mu nsi ey'omwoyo. Bwe tuba tetumanyi tteeka lya Katonda, tuyinza okugwa mu katego ka Setaani ne tumenya etteeka lya Katonda.

Ekiva mw'ekyo, tujja kubonerezebwa. Naye, ne bwe tukola ekibi kye kimu, kisinziira ku mutendera gw'okukkiriza kwe tuli, ekibonerezo kijja kubeera kya njawulo. Eky'okulabirako, omuntu eyakatandika okukkiriza n'omusajja alina ekigero ky'okukkiriza ekiwera bwe batatukuza lunaku lwa ssabbiiti, olunaku lwa Mukama, obunene bw'ekibi kyabwe bwawukana.

Omusajja ow'okukkiriza bw'asalira abalala omusango era n'ageya, kyanjawulo ddala kw'oyo eyakakkiriza atannamanya mazima. Omuntu ow'okukkiriza ddala amanyi nti kibi okugeya n'okusalira abalala emisango; mu mbeera ng'eyo ye yafuuka omulamuzi. Kyokka bw'agenda mu maaso n'okukola ekibi ekyo, Setaani gy'ajja okukoma okumulumbagana obubi ennyo.

Mu ngeri y'emu, ensi ey'omwoyo erina emitendera gya njawulo, era okusinziira ku mutendera, n'emirimu gya Setaani n'agyo gyanjawulo. Naye olw'okuba abakkiriza abaggya babeera tebannamanya ku mutendera ogw'omwoyo ogw'ebuziba. Yensonga lwaki Mukama agamba nti tebamanyi ebyo eby'ebuziba ebya Setaani.

Ensonga Lwaki Ekkanisa ya Suwatira yali Teyeenenya

Ba memba mu Kanisa ya Suwatira baali ku mutendera ogw'okukkiriza ogwa wansi baali tebamanyi ebintu eby'ebuziba ebya Setaani, era n'amaaso gaabwe ag'omwoyo gaali teganaggulibwa. Baawulira ekigambo, naye baali tebasobola kukimulungula. Baali tebalina maanyi gakitambuliramu. Eyo yensonga lwaki baali bakyayagala ensi wadde nga baayogeranga nti bagala Katonda. Eby'emabega tebabiteeka bbali, wabula baali bakyagenda mu maaso n'eby'ekizikiza.

Bwe tukigeraagera ku muntu ng'akula mu mubiri, baalinga ba bbebbi abakyaweebwa amata n'obuugi. Yensonga lwaki Mukama agamba Ekkanisa ya Suwatira nti, "sibateekako mmwe mugugu mulala" (olu. 24) ne "Wabula kye mulina mukikwatenga okutuusa lwe ndijja " (olu. 25).

Mukama tabasaba kutuuka ku mutendera ogw'omwoyo ogw'ebuziba gamba nga okuba abatukuziddwa n'okufuna amaanyi. Abagamba kunyweza kye balina kati, omutendera gw'okukkiriza kwe bali kati (1 Abakkolinso 3:1-2).
Naye tetulina kukitegeera bubi nti tulina kukuuma omutendera kwe tuli gwokka. Bwe tunaanafuwa nga tulowooza nti, "Wano wendi ntuuse. Nsobola okuwummulamu," kijja kuba nga kulekerawo kukuba nkasi mu lyato eriri mu kwambuka mu mugga.

Naddala kati, nga tuli kumpi nnyo n'enkomerero y'ebiro, Bwe tuba tulina ebirowoozo ebinafu, nga twagala kusigala ku mutendera kwe tuli mu kukkiriza kwaffe, tulina okukimanya nti kijja kutuviiramu okugwa obubi ennyo.

Ekisuubizo kya Mukama eri Ekkanisa ya Suwatira

Mukama yawa ba memba b'Ekkanisa ya Suwatira amagezi, abo abaalina okukkiriza okulinga okw'abaana abato. Era olwo, N'alyoka abawa n'ekisuubizo. Ng'agamba, "Era awangula n'akwatanga ebikolwa byange okutuusa ku nkomerero, oyo ndimuwa amaanyi ku mawanga," (olu. 26).

Okusooka, 'Oyo awangula' kitegeeza okuwangula agatali mazima, obubi, n'ekizikiza ng'atambulira mu kigambo kya Katonda.

Ekiddako, 'Ebikolwa byange' kitegeeza emirimu gya Mukama. Okukuumanga ebikolwa Bye kitegeeza nti tulina okugondera ekigambo kya Katonda nga Yesu bwe yakola, era tugaziye obwakabaka bwa Katonda nga twongera okulokola emmeeme endala.

Mukama agamba, "Oyo ndimuwa amaanyi ku mawanga." Kuno kwe kufuga omulyolyomi ne Setaani oyo alina obuyinza okufuga amawanga ku nsi kuno.

Katonda bwe yamala okutonda eggulu n'ensi n'omuntu eyasooka Adamu, Katonda yawa Adamu obuyinza okufuga ebintu byonna ku nsi kuno (Olubereberye 1:28). Naye Adamu bwe yakemebwa Setaani okujeemera Katonda, era bwe butyo obuyinza bwa Adamu ne bumugibwako ne bukwasibwa omulabe Setaani.

Era, obuyinza buno bukyakwasiddwa Setaani okumala ekiseera, era nga kye kiseera ng'omuntu akyateekebwateekebwa. Wabula tebusobola kukolebwa kuffe abakkiririza mu Mukama era nga tufuuse abaana ba Katonda abatuufu.

Naye Yesu yajja ku nsi kuno. N'akomererwa ku musaalaba era N'ayiwa Omusaayi Gwe gwonna. Bwe yazuukira oluvannyuma lw'ennaku essatu ng'amaze okuziikibwa,

Obuyinza bw'okufa Yabumenyawo. Yatulokola mu buyinza bw'omulabe Setaani. Olw'okuba abo abakkiriza Yesu Kristo ng'omulokozi waabwe bafuna obuyinza okufuuka abaana ba Katonda, bafukibwako amafuta ng'abaana ba Katonda era ne bateebwa okuva ku mulabe setaani (Yokaana 1:12).

Era olw'okuba bafuuka abaana ba Katonda, babeera tebakyali mikwano gya kizikiza nga kino kiri wansi w'obuyinza bw'omulabe Setaani, wabula nga batambulira mu kigambo kya Katonda mu mazima ag'ekitangaala. Kuno kwe kuwangula n'okukuuma ebikolwa bya Mukama nga bwe kibadde kyakanyonyolwa.

Naye omulabe, ng'akozesa engeri zonna ezisoboka, agezaako okutulemesa okuba nga tutambulira mu mazima tubeere nga nga tuddamu okugwa mu nsi. Omulyolyomi atuteekamu okubuusabuusa tubeera nga tetusobola kuba na kukkiriza. Atuleetera okwagala ensi okusinga Katonda. Atulemesa mu ngeri nnyingi.

Naye bwe twegobako omulabe era ne tutambulira mu kigambo, olwo nno tujja kusobola okuwangula omulabe setaani era tugenda mu maaso n'okumuwangulira ddala.

Era gye tukoma okutambulira mu kigambo mu bujjuvu, gye tukoma okuba n'amaanyi n'obuyinza bye tujja okuweebwa okuva mu ggulu. Olwo tujja kuba nga tusobola okufuga omulyolyomi ne Setaani, omufuzi w'ensi. Bwe tutambulira mu kigambo mu bujjuvu, ne tweggyako buli kika kya bubi, era ne tutuuka kukutukuzibwa, tewali mubi yenna ayinza kutukomako (1 Yokaana 5:18).

Embeera nga Katonda Yalina Okusala Omusango

Abo abawanguddwa mu lutalo olw'omufuzi w'ekizikiza bajja kusigala nga batambulira wansi w'obufuza bw'omulabe Setaani. Naddala, bwe babeera nga bagoberera ebikolwa bya Nikolayiti, Balamu, oba Yezeberi, bajja kufuuka baddu ba Setaani. Era bajja kusisinkana omusango ogutiisa ennyo. Ekyo Katonda kyagamba mu Kubikkulirwa 2:27.

Mukama agamba mu lunyiriri olwo, "oyo ndimuwa amaanyi ku mawanga, era alibalunda n'omuggo ogw'ekyuma, ng'ebibya ebibumbe bwe byatikayatika, era nange nga bwe nnaweebwa Kitange."

Wano, omuggo kitegeeza omuggo ogw'ekyuma oba omutayimbwa. Bwe twasa ekibumbe n'omuggo ogw'ekyuma, kiba kijja kwatikayatika. N'olwekyo, "era alibalunda n'omuggo gw'ekyuma, ng'ebibya ebibumbe bwe byatikayatika," kitegeeza obuyinza bwa Katonda oyo asala omusango.

Mu kusooka, omuntu eyasooka Katonda gwe yatonda yali omwoyo omulamu. yali omuntu atuukiridde. Yali ekitonde eky'omwoyo ekyatondebwa mu kifaananyi kya Katonda. Naye omwoyo gwe gw'afa olw'ekibi, era n'afuuka omuntu ow'omubiri ali wansi w'obuyinza bw'emmeeme. Kale yafuuka ekitalina mugaso mpozi ekibya ekikoleddwa mu bbumba. N'olwekyo, 'ebibya ebibumbe okwatikayatika' kitegeeza okumenyaamenya abo abatatambulira mu kigambo kya Katonda. Abo aba Setaani bajja kumaliriza balekeddwawo.

Nga bwe kyawandiikibwa mu Yokaana 12:48, awasoma nti

"Agaana Nze, n'atakkiriza bigambo byange, alina amusalira omusango; ekigambo kye nnayogera kye kirimusalira omusango ku lunaku olw'enkomerero," Abo abeesamba ekigambo kya Katonda bajja kusalirwa omusango okusinziira ku kigambo kya Katonda ku lunaku Olw'enkomerero.

Naye abo abateeka ekigambo kya Katonda mu mutima gwabwe, bawangula, era ne bakuuma ebikolwa bya Mukama bajja kufuna obuyinza obw'omusana ogwo ogumenyaamenya obuyinza bw'omulabe Setaani. Nga Mukama bwayogera, "era nange nga bwe nnaweebwa Kitange." naffe tujja kufuna obuyinza.

Mukama era abagamba, " era ndimuwa emmunyeenye ey'enkya." Emmunyeenye ey'enkya yesinga okwakaayakana mu mnunyeenye zonna, era nga kitegeeza Mukama. Mu Kubikkulirwa 22:16, Mukama agamba, "Nze, Yesu, ntumye malayika Wange okubategeeza mmwe ebyo olw'ekkanisa. Nze ndi kikolo era omuzukkulu wa Dawudi, emmunyeenye eyaka ey'enkya."

N'olwekyo, "Okumuwa emmunyeenye ey'enkya" kitegeeza, nga Katonda bw'ayagala n'okukkiriza Mukama, Ajja kukkiriza era ayagale abo abatambulira mu kigambo era abawangula Setaani.

Bwe tukkiririza mu Mukama, ne tweggyako buli kika kya bubi, era ne tunyiikira okutambulira mu kigambo kya Mukama, embala yaffe ejja kufaanana eyo eya Kristo era tujja kufuuka omuntu ow'omwoyo. Olwo, tufuuke batuukirivu era abatuukiridde nga Yesu Kristo bwe yali, omwana wa Katonda, era tujja kutwalibwa ng'abaana ba Katonda.

Naye si nsonga twogera emirundi emekka nti tukkiririza mu Mukama, bwe tutatambulira mu kigambo kya Katonda era ne tuwangulwa setaani, tetujja kuweebwa mmunyeenye ya kumakya. Tetujja kukkirizibwa ng'abaana ba Katonda, era ekivaamu tetujja kulokolebwa.

Katonda Kwagala Ayagala Buli muntu Okufuna Obulokozi

Katonda atusasula okusinziira ku byetukoze, okusinziira ku bwenkanya. Naye bwe tuba nga tugoberera enjigiriza ezitali ntuufu, oba okuyigirizibwa okw'obulimba, nga tetumanyi nti butego bwa Setaani, Katonda tajja kututeekako mugugu mulala, bwe tukitegeera ne twenenya era ne tukyuka.

Naye, bwe tugoberera engeri za Setaani nga tukimanyi, wateekwa okubaayo okusasula, ne bwe twenenyeza ddala era ne tukyuka. Si kituufu nti ensonga ku bibi bye tukola zagonjolebwa dda olw'okujja mu Mukama. Wajja kubaayo okusasulira ebyo bye tubadde tukola. Era, kuno n'akwo kwagala kwa Katonda okwongera okututuukiriza n'okutuwa ebintu ebisingawo.

N'olwekyo, tulina okudduka embiro zaffe ez'okukkiriza okutuuka Mukama lw'anaadda, tuleme okusubwa omukisa gw'obulokozi. Katonda atusomesa n'amazima okusobola okulokolayo waakiri omuntu omulala. Ali mu kulangirira amazima eri abo abakutte ekkubo ekyamu.

Naddala, eri abantu abakkiririza mu Katonda naye nga

balimbibwa Setaani era nga bakutte ekkubo ery'okuzikirira, Ayagala okuggulawo ekkubo ery'obulokozi n'omutima waakiri oguyayaana.

Omwana ng'azaaliddwa, ajja kugenda akula ekiseera bwe kinaagenda kiyitawo. Ne mu kukkiriza bwe kityo, tulina okubeera nga tukula mu mwoyo. Okukula okw'Omwoyo si bikolwa bya kungulu kyokka. Kwe kweggyako ebibi eby'omu mutima n'okutuukiriza obutuukirivu.

Ne bwe tuba nga tuli beesigwa era nga tukola nnyo nga bwe kisoboka ku ngulu, bwe tutakomola mitima gyaffe, tebuba bulamu bwa Kikristaayo butereevu. Omwana bw'akula, alina okukula mu bwongo ne mu mubiri. Mu ngeri y'emu, mu bulamu bwaffe obw'ekikristaayo, okukkiriza kwaffe ku kukula kungulu mu bikolwa eby'okungulu ne mu bukulu obw'omwoyo.

Ekkanisa ya Suwatira yali terina kukula kuno okw'omunda. Baali basigadde ku ddala ery'omwana mu kukkiriza. Tebaasobola kufuna kisuubizo eky'empeera ez'omu bwakabaka obw'omu ggulu. Baafuna bufunyi kisuubizo kya bulokozi.

Abaefeso 4:13 wagamba, "Okutuusa lwe tulituuka ffena mu bumu obw'okukkiriza n'obw'okutegeera Omwana wa Katonda, lwe tulituuka okuba omuntu omukulu okutuuka ku kigera eky'obukulu obw'okutuukirira kwa Kristo." Tulina okweyongeranga okukula bulijjo okusobola okufuuka ekkanisa oba abakkiriza abasobola okusanyusa Katonda.

ESSUULA 5

EKKANISA YA SAADI :
- Ekkanisa Entono Eyalina Erinnya nti Baali Balamu naye nga Bafu

Ekkanisa ya Saadi yanenyezebwa okuva eri Mukama eyabagamba nti, "Olina erinnya ery'okuba omulamu, era oli mufu."

Baayatulanga okukkiriza kwabwe mu Katonda ne Mukama, naye okukkiriza kwe baalina kwali kufu engeri gye baali tebalina bikolwa bya kukkiriza.

Wabula, waaliwo ba memba abaagezaako okukuuma okukkiriza kwabwe.

Ebigambo ebyagambibwa Ekkanisa ya Saadi leero bye bigambo ebigambibwa ekkanisa ezo ezirina okukyusa okukkiriza kwazo ne kufuuka okukkiriza okutuufu okugobererwa ebikolwa eby'okukkiriza. Era bigambibwa abo abagezaako okusaba n'okugezaako okutambulira mu kigambo kya Katonda.

Okubikkulirwa 3:1-6

Era eri malayika ow'ekkanisa ey'omu Saadi wandiika nti: Bw'ati bw'ayogera oyo alina emyoyo omusanvu egya Katonda n'emmunyeenye omusanvu. nti: 'Mmanyi ebikolwa byo, ng'olina erinnya ery'okuba omulamu, era oli mufu.

Tunula onyweze ebisigaddeyo ebyali bigenda okufa, kubanga ssaalaba ku bikolwa byo ekyatuukirira mu maaso ga Katonda wange. Kale jjukira bwe waweebwa ne bwe wawulira, okwate weenenye. Kale bw'otalitunula, ndijja ng'omubbi, so tolimanya ssaawa gye ndijjiramu gyoli.
Naye olina amannya matono mu Saadi agataayonoona ngoye zaabwe, era balitambula nange mu ngoye njeru kubanga basaanidde. Bwatyo awangula alyambazibwa engoye enjeru, so sirisangula n'akatono linnya lye mu kitabo ky'obulamu, era ndyatula erinnya lye mu maaso ga Kitange, ne mu maaso ga bamalayika Be. Alina okutu awulire Omwoyo ky'agamba ekkanisa.'

Ebbaluwa ya Mukama eri Ekkanisa ya Saadi

Era eri malayika ow'ekkanisa ey'omu Saadi wandiika nti: Bw'ati bw'ayogera oyo alina Emyoyo Omusanvu egya Katonda n'emmunyeenye omusanvu. nti: (Revelation 3:1).

Ekibuga kya Saadi kyali kigagga era ng'ensimbi zaakyo kiziggya mu makolero agaddaayinga engoye. Mwalimu okuyiwaayiwa ensimbi n'obwenzi era kyali ekifo omwakung'aniranga okusinza ebifaananyi. Mu mbeera ng'eyo, Ekkanisa ya Saadi teyalina kukkiriza kutuukiridde.

Mukama Alina Emyoyo Musanvu Egya Katonda

Woogera ku Mukama oyo awandiikira Ekkanisa ya Saadi: "Oyo alina Emyoyo Omusanvu egya Katonda n'emmunyeenye

omusanvu."
'Emyoyo Omusanvu' gwe mutima gwa Katonda nga Ye yennyini Mwoyo. Omutima gwa Katonda guli mu Bayibuli. Mu bubaka obujjuvu butubuulira engeri gye tuyinza okusanyusa Katonda nengeri y'okufunamu okuddibwamu okuva eri Katonda. Era, gy'Emyoyo Omusanvu egiraga omutima gwa Katonda n'obukwakkulizo mu by'okuddamu Kwe.

Omuwendo 'musanvu' wano tekitegeeza nti Emyoyo gya Katonda giri musanvu mu muwendo. Mu by'omwoyo, 'musanvu' kitegeeza 'obujjuvu n'obutuukirivu.' Nga bwe kyogera mu Yokaana 4:24 awagamba nti, "Katonda Mwoyo," Katonda Yennyini mwoyo. Kale, kiraga Omwoyo wa Katonda oyo atuukiridde. Katonda bulijjo akebera era alondoola buli bulamu bwa muntu ku nsi, abo Katonda baasindikira Emyoyo omusanvu nga gwe mutima gwa Katonda (Okubikkulirwa 5:6).

Emyoyo omusanvu ginoonya omutima n'eneeyisa ya buli muntu. Okusinziira ku bwenkanya, Katonda abawa eby'okuddamu n'emikisa abo abali obulungi mu mutima gwa Katonda. Okukifuula ekyangu okutegeera, katukitwale nti emyoyo omusanvu giringi minzaane Katonda zakozesa okupimirako okusobola okugaba eby'okuddamu. Bwe tubaako ebintu okusinga eby'okulya bye tugula, babipima ku minzaani, era ne basasula ensimbi okusinziira ku buzito. Mu ngeri y'emu, bwe tubatwagala okufuna eby'okuddamu, tulina okuba nga tutuukiriza obukwakkulizo okusobola okufuna eky'okuddamu okusinziira ku kipimo ky'Emyoyo Omusanvu.

Olwo, Emyoyo omusanvu giba gipima ki okusalawo oba

nga "ye" oba "nedda" olw'okuwa eby'okuddamu? Emyoyo omusanvu gipima emitima gyaffe, ebirowoozo byaffe, n'eneeyisa nga tebiriimu nsobi yonna; Ebintu musanvu bye byekenneenyezebwa.

Emyoyo Musanvu n'Emmunyeenye Musanvu

Ekisooka, Emyoyo omusanvu gipima okukkiriza.

Naye tegipima kukkiriza kwa mubiri nga kuno kuba kumanye bumanyi, wabula okukkiriza okw'omwoyo nga kuno kugobererwa ebikolwa. Okukkiriza okw'omwoyo kwe kukkiriza okulimu okukkiririza ddala awatali kubuusabuusa, wadde ekintu tekikkiriziganya na birowoozo byaffe oba okumanya. Okukkiriza okw'omwoyo kuweebwa Katonda. Kuba kukkiriza ffe okukkiriza nti ekintu kisobola okutondebwa nga tekivudde mu kirala. Kwe kukkiriza kwe kumu Katonda kwagaba gye tukoma okweggyako obubi mu mutima gwaffe era ne tutuukiriza obutuukirivu.

Eky'okubiri, Emyoyo omusanvu gipima okusaba.

Gipima tusaba kwenkana ki mu ngeri entuufu mu mutima ne mu kwagala kwa Katonda. Okuba obutereevu mu kwagala kwa Katonda, tulina okusaba obutalekaayo nga tufukamidde mu maaso ga Katonda, n'okukowoola n'omutima gwaffe gwonna, n'ebirowoozo, n'amaanyi. Era, Katonda takebera ndabika yaffe ya kungulu ne bye tukola kungulu, Naye anoonyeza ddala mu mutima gwaffe munda. Kale tulina okusaba n'omutima gwaffe gwonna. Era tetulina kusabira kintu olw'okuyaayaana kwaffe, naye tulina okusaba n'okukkiriza wamu n'okwagala, nga tugoberera okwagala kwa Katonda.

Ekipimibwa eky'okusatu Emyoyo omusanvu lye 'Ssanyu.'

Okuba omusanyufu kikakasa nti tulina okukkiriza. Kibaawo lwakuba bwe tuba n'obukakafu mu Katonda nga tukkiriza nti tujja kufuna okuddibwaamu, tusobola okusanyuka mu mbeera yonna. Kubanga essanyu ery'omu mwoyo liva mu mirembe, bwe tutazimba kisenge kya bibi wakati waffe ne Katonda naye ne tuba n'eddembe ne Katonda, Essanyu terijja kuleka mutima gwaffe.

Eky'okuna, Emyoyo Omusanvu gipima okwebaza.

Bwe tuba n'okukkiriza, tujja kuba tusobola okwebaza mu mbeera yonna obudde bwonna. Bwe twebaza olw'okuba ebintu bitutambulira bulungi, era ne twekyawa ne tutandika n'okwemulugunya nga tuli mu bizibu nga n'ebintu tebitambudde bulungi nnyo, awo tuba tetusobola kuweza kipimo ekinoonyezebwa Emyoyo omusanvu mu kwebaza kwaffe. Kale okuddibwamu kwaffe kujja kulwa.

Eky'okutaano, Emyoyo omusanvu gipima oba nga tukuuma amateeka.

Bayibuli erina amateeka mangi agatulagira eby'okukola, eby'obutakola, okukuumanga, okusuula eri. Mu go mulimu, Amateeka Ekkumi nga mu go mwe mufunziddwa amateeka gonna. Emyoyo omusanvu gipima oba nga tukuuma Amateeka Ekkumi. 1 Yokaana 5:3 wagamba, "Kubanga kuno kwe kwagala kwa Katonda ffe okukwatanga ebiragiro Bye. era ebiragiro Bye tebizitowa." Kale, obukakafu nti oyagala Katonda kwe kukuuma amateeka Ge.

Eky'omukaaga, Emyoyo omusanvu gipima obwesigwa.

Si bwesigwa eri obwakabaka bwa Katonda bwokka wabula obwesigwa mu maka g'omuntu ne ku mulimu gwe. Kituufu, bwe tuba n'okukkiriza, essira lyaffe ekkulu lijja kuba eri omulimu gwa Mukama. Naye, tetulina kuleka mirimu egy'omu maka oba ku mulimu.Tulina okubeera abeesigwa mu byonna mu nnyumba ya Katonda. Era ekintu ekisingayo obukulu mu kukuuma obwesigwa kwe kuba nti tulina okukuuma okukkiriza okw'omwoyo. Kitegeeza nti tulina okukomola omutima gwaffe. Era, tusobola okubeera n'obwesigwa obutuukiridde era obw'omwoyo bwe tutuukiriza omutima gwa Katonda era ne tuwaayo obulamu bwaffe, n'okuba nga tusobola okufiirwa obulamu bwaffe.

Eky'omusanvu, Emyoyo omusanvu gipima okwagala.

Okwagala kulinga enkulungo egatta ebirala byonna omukaaga ebipimibwa ebisoose. Ne bwetusaba kyenkana ki n'okukola mu buweereza bwa Katonda, kijja kuba kikolera ddala amakulu singa tubikola n'okwagala Katonda okutuukiridde n'aboluganda mu kukkiriza.

Emyoyo omusanvu gipima okukkiriza, okusaba, essanyu, okwebaza, okukuuma amateeka, obwesigwa, n'okwagala okusobola okusalawo oba okuddibwamu kuweebwa. Naye ekipimo ekyetaagibwa okuva mu buli muntu tekyenkananankana.

Bajja kupimibwa okusinziira ku bwenkanya okusinziira ku kigero ky'okukkiriza ekya buli muntu.

Kwe kugamba, abo abalina ekigero ky'okukkiriza ekitono, ekipimo ekipima n'akyo kijja kubeera kitono. Naye abo ababadde Abakristaayo okumala ekiseera ekinene era nga balina ekigera okukkiriza ekiwera, n'ekipimo nakyo kijja kubeera kya waggulu.

Mukama oyo alina Emyoyo omusanvu egya Katonda era alina n'emmunyeenye musanvu. Wano, 'emmunyeenye' kitegeeza omuntu. Mu Lubereberye 15:5, Katonda yagamba Ibulayimu, "N'amufulumya ebweru, n'ayogera nti Tunuulira eggulu kaakano, obale emmunyeenye, bw'onooyinza okuzibala. N'amugamba nti Ezzadde lyo bweliriba bwe lityo.'" Katonda yageraageranya ezzadde lya Yibulayimu n'emmunyeenye.

N'olwekyo, emmunyeenye omusanvu kitegeeza abaweereza ba Katonda bonna abaalondebwa Katonda okuyita mu Ndagaano Enkadde ne mu biseera by'Endagaano Empya. Be baweereza Katonda bakutte mu mukono Gwe ogusinga amaanyi era bakozesa ku lw'obwakabaka Bwe. Mukama Ayisa mu kamwa kaabwe omutima n'okwagala kwa Katonda Kitaffe, era n'alaga emirimu gya Katonda omulamu abaana ba Katonda basobole okutambulira mu mazima.

N'olwekyo, Mukama 'okuba n'Emyoyo omusanvu n'emmunyeenye musanvu kitegeeza nti Alondoola buli kimu okuyita mu Myoyo Omusanvu era alung'amya abaana ba Katonda eri ekkubo ery'amazima okuyita mu mmunyeenye omusanvu.

Ekkanisa Eziringa Ekkanisa y'e Saadi

Ekkanisa y'e Saadi yawulira ekigambo kya Katonda era n'eba ng'ekimanyi, naye teyateeka kigambo kya Katonda mu nkola. Kwe kugamba, baalina ekiyitibwa 'okukkiriza okufu'. Eyo yensonga lwaki Mukama yabanenya ng'agamba nti, "olina erinnya ery'okuba omulamu, era oli mufu" (olu. 1). Baalowooza nti baalokolebwa, naye okusinziira Mukama bw'alaba ebintu, baali tebalina webeekuusa na bulokozi.

Olwaleero, waliwo omuwendo gw'ekkanisa n'abakkiriza ogw'ewuunyisa abalina okukkiriza okufu ng'Ekkanisa ya Saadi bwe yali. Balina erinnya 'bakkiriza' naye si kyangu okusanga abo abakuuma olunaku lwonna olwa ssabbiiti nga lutukuvu, olunaku lwa Mukama, n'okuwaayo ekimu eky'ekkumi mu bujjuvu bwakyo nga bwe kirina okubeera. Bino bye bikolwa ebisookerwako mu Bulamu Obw'ekikristaayo.

Ekisinga obubi kwe kuba nti, abasumba si bangi abayigiriza endiga zaabwe okweggyako ebibi era batambulire mu kigambo kya Katonda. Abalunzi abakulembera endiga balina okusooka okubeera n'okukkiriza okutuufu, olwo ne balyoka boogera ku Katonda Omulamu okuyita mu mirimu egy'amaanyi n'obuyinza. Naye nga bino si bye biriwo kati. Abasumba bangi basomesa busomesa ebyo bye baayiga mu ttendekero lye ddiini. Bayigiriza nga bakozesa ebyo bye baasoma. Era nga tewali njawulo n'omuzibe akulembera muzibe munne nga bwe kyawandiikibwa mu Matayo 15:14.

Mu Matayo 23:26 tusanga Yesu kye yagamba Abafalisaayo, abaali tebatambulira mu kigambo kya Katonda, wabula nga bibabeera bubeezi ku mimwa. Awasoma nti, "Ggwe Omufalisaayo omuzibe w'amaaso, sooka anaaze munda mu kikompe n'ekibya, ne kungulu kwakyo kulyoke kube kulungi." Ne mu Matayo 23:3, Yagamba abayigirizwa Be nti, "Kale ebigambo byonna bye babagamba, mubikole mubikwate, naye temukola nga bo bwe bakola, kubanga boogera naye tebakola."

Amaanyi agali mu kusaba oba mu mirimu gya Katonda egy'ewuunyisa tegasobola kutuukawo okuyita mu musumba ow'ekika kino. N'omuliro gw'ekkanisa ogw'Omwoyo Omutukuvu gusobola okuzikira era emyoyo gy'omu kifo ekyo gijja kubeera ng'egyo emifu. Ejja kubeera ne ba memba naye ejja kubeera ekkanisa eyasigaza erinnya ng'eri wala nnyo n'okudda obuggya.

Matayo 7:21 wagamba, "Buli muntu ang'amba nti, Mukama wange, Mukama wange,' si ye aliyingira mu bwakabaka obw'omu ggulu, wabula akola Kitange ali mu ggulu by'ayagala."

Katugambe omuntu akoledde obwakabaka n'obutuukirivu bwa Katonda era n'abaako bwawaayo obulamu bwe ku nsi kuno. Naye bwayimirira mu maaso g'entebe ey'omusango, Katonda n'amugamba nti, "Sikumanyi; Vva mu maaso Gange, gwe akolo eby'obujeemu," nga kijja kuba kya nnaku nnyo!

Wadde omuntu ayinza okulabibwa ng'omutuukirivu mu bulamu bwe obw'ekikristaayo era n'aba ng'akola emirimu gy'obwannakyewa olwa Katonda, singa omutima gwe ogw'omunda tegukyuka, tetusobola kugamba nti atambulira mu Bulamu obw'ekikristaayo.

Okubeera n'okukkiriza okulamu, kye bayita okukkiriza okutuufu, ekisookera ddala tulina okukomola emitima gyaffe. Okukomola omutima kwe kuggya ku mutima ekikuta eky'okungulu, nga bwe kyawandiikibwa mu Yeremiya 4:4, "Mwekomole eri Mukama, muggyeko ebikuta eby'emitima gyammwe, mmwe abasajja ba Yuda n'abali mu Yerusaalemi ekiruyi Kyange kireme okufuluma ng'omuliro ne kyokya ne wataba ayinza okukizikiza olw'obubi obw'ebikolwa byammwe."

Okuggyako ekikuta ky'omutima kitegeeza kweggyako obutali butuukirivu, obujjeemu, n'agatali mazima, nga ekigambo kya Katonda bwe kitugamba obutakolanga n'okweggyako ebintu ebimu, n'okutambulira mu mazima ng'ekigambo kya Katonda bwe kitugamba okukola n'okukuuma ebintu ebimu.

Mu ngeri eno, gye tukoma okutambulira mu kigambo kya Katonda era ne tufuuka abalongoofu, okukkiriza okutuufu okwo okukkirizibwa Katonda kujja kutuweebwa. N'olwekyo, Katwetunulemu okuyita mu bubaka obuweebwa ekkanisa y'e Saadi olwo tusobole okubeera n'okukkiriza okutuufu era okw'omwoyo, so si okufu.

Okunenya kwa Mukama eri Ekkanisa ya Saadi

Eri malayika ow'ekkanisa ey'omu Saadi wandiika nti: Bw'ati bw'ayogera oyo alina emyoyo omusanvu egya Katonda, n'emmunyeenye omusanvu, nti Mmanyi ebikolwa byo, ng'olina erinnya ery'okuba omulamu, era oli mufu. Tunula, onyweze ebisagaddeyo ebyali bigenda okufa, kubanga ssaalaba ku bikolwa byo ekyatuukirira mu maaso ga Katonda wange. Kale jjukira bwe waweebwa ne bwe wawulira, okwate, weenenye. Kale bw'olitunula, ndijja ng'omubbi, so tolimanya ssaawa gye ndijjiramu gyoli' (Okubikkulirwa 3:1-3).

Tetusobola kukweka Katonda kintu kyonna oyo apima okuyita mu Myoyo Omusanvu era n'anoonya n'amaaso Ge amoogi. Nga Mukama bwe yayogera eri ekkanisa ya Saadi, "Mmanyi ebikolwa byo," Katonda tanoonya bikolwa byaffe byokka wabula ne mu buntu obutono ennyo obuli ku ntobo y'emitma gyaffe.

Ebimuli ebisaliddwa obulungi era ne bitegekebwa bulungi birabika ng'ebiramu, naye ng'ate bibeera bifu kubanga byawuddwa ku mirandira gyabyo. Mu ngeri y'emu, okukkiriza kwa ba memba b'Ekkanisa ya Saadi kuyinza okulabika ng'okulamu, Naye bwe kupimibwa n'ekigero ekisemberayo ddala ekya Mukama, baali bafu.

Ekkanisa Okuba n'Erinnya Ery'okuba Abalamu Naye nga Bafu

Olwo, ebigambo "'Olina erinnya ery'okuba omulamu, era oli mufu.?"(olu. 1) bitegeeza ki ddala? Mu bufunze, okukkiriza kw'Ekkanisa y'e Saadi "kukkiriza okufu okutaliimu bikolwa."

Olw'okuba Adamu yayonoona, emyoyo gy'ezzadde lye lyonna n'omwoyo gwe ye yennyini gy'afa. Naye abo abakkiriza Mukama ng'Omulokozi waabwe era ne bafuna Omwoyo Omutukuvu omwoyo gwabwe gwadda buggya. Omwoyo gw'omuntu bwe guzuukizibwa, omuntu ono bwasisinkana okufa okw'omubiri, Bayibuli tegamba nti 'bafu' wabula 'beebase' (Matayo 9:24). Kiri bwe kityo lwakuba Mukama bwanadda mu bbanga, ajja kuzuukira era yeeyagalire mu bulamu obutaggwaawo.

Naye Ekkanisa ya Saadi yagambibwa nti baali 'bafu'; kyali kitegeeza nti tebajja kulokolebwa. Wadde baali bagamba nti baalina okukkiriza, okukkiriza kwabwe kwali kufu, era 'n'okukkiriza okufu,' obulokozi bwali tebuyinza kubaweebwa.

Yakobo 2:14 wagamba, "Kigasa kitya, baganda bange, omuntu bw'ayogera ng'alina okukkiriza, naye n'ataba na bikolwa? Okukkiriza okwo kuyinza okumulokola?" Ate mu lunyiriri 17, wagamba, "Era n'okukkiriza bwe kutyo, bwe kutabaako bikolwa, kwokka nga kufudde."

Omubuulizi 12:14 wagamba, "Kubanga Katonda alisala omusango gwa buli mulimu, wamu na buli kigambo ekyakwekebwa, oba nga kirungi oba nga kibi." Ne mu 2 Bakolinso 5:10 wagamba, "Kubanga ffe fenna kitugwanira okulabisibwa Kristo walisalira emisango, buli muntu aweebwe bye yakola mu mubiri nga bwe yakola, oba birungi oba bibi."

Olw'okuba abo abakkiririza mu Katonda ne Mukama era bakkiriza nti wajja kubaayo olunaku olw'omusango mw'ebyo bye baakola ebibi oba ebirungi, batambulira mu kigambo kya Katonda. Naye abo abatakkiriza, tebakitambuliramu. Tuteekwa okumanya nti waliwo enjawulo nnene wakati w'okumanya Katonda n'okumukkiririzaamu.

Enjawulo Wakati w'Okumanya n'Okukkiriza

Yakobo 2:19 wagamba, "Okkiriza nga Katonda ali omu, okola bulungi, era nebassetaani bakkiriza, ne bakankana." "Ne bassetaani bakkiriza, ne bakankana" kitegeeza nti dayimooni zimanyi Katonda kyali ne Yesu Kristo nti era zikankana mu maaso g'obuyinza obwo.

Era, tusobola okusanga mu bifo bingi mu Bayibuli nga Dayimooni zitegeera Yesu era ne zikankana. Mu Lukka 8:27-28, Yesu bwe yasanga omuntu eyaliko Dayimooni, n'ayogerera waggulu n'okuvuunama mu maaso Ge nti, "Yesu Omwana wa Katonda ali waggulu Ennyo."

Olwo, tusobola okugamba nti dayimooni zikkiririza mu Yesu olw'okuba zimumanyi nti Mwana wa Katonda era nga zimanyi nti Ye Mulokozi? Nedda! Wadde dayimooni zimanyi Yesu, tezijja kutambulira mu kigambo Kye wadde okutambulira mu bulungi. Kuno tekuba kumukkiriza wabula okumumanya obumanya, era 'okumumanya' tekireeta bulokozi.

Mu ngeri y'emu, ne bwe tuba Bayibuli tugimanyi kyenkana ki, kasita tuba nga tetutambulira mw'ekyo kye tumanyi, tetuyinza kugamba nti ddala 'tukkiriza.' Okukkiriza okutuufu ddala kugobererwa ebikola. Bwe tuba nga tumanyi ekigambo naye nga tetulina bikolwa, ebibi byaffe bijja kuba binene kusinga kw'abo abatatambulira mu kigambo kubanga tebakimanyi (Lukka 12:47-48).

Kyokka abo abatateeka kigambo kya Katonda mu nkola leero bagenda beeyongera. Abakkiriza abamu bagezaako okukkiriza kungulu, naye ng'obulamu bwabwe tebwawukana na bw'abantu ab'ensi.

Eky'okulabirako, bagenda mu kunisa okusinza Katonda ku

ssabbiiti. Naye nga mu bulamu bwabwe obwa bulijjo, bakambwe eri abalala olumu ne babayita n'amanya amabi. Bakola nga bwe bagala, ng'abantu ab'ensi. Nga mu Yakobo 2:20 bwe wagamba, "Naye oyagala okutegeera, ggwe omuntu ataliimu, ng'okukkiriza awatali bikolwa tekuliiko kye kukugasa?" okukkiriza kufuuka okutagasa.

Wadde essira nditadde ku bikolwa eby'okukkiriza, Sigamba nti ebikolwa byokka kye kipimo okupimirwa okukkiriza. Mu 'bikolwa eby'okukkiriza,' ebikolwa kitegeeza ebikolwa okuva ku ntobo y'omutima.

Omuntu bw'aba alina okukkiriza okutuufu, ddala ajja kuteekateeka omutima gwe n'ekigambo kya Katonda. Ebikolwa birina kuva mu mutima ogw'amazima oguteekeddwateekeddwa obulungi.

Ebikolwa Ebituufu Eby'okukkiriza

N'olwekyo, ekikolwa kye nnyini si kye kikulu. Ekikulu gwe mutima oguli mu kikolwa. Omutima kasita guteekebwateekebwa ne gufuuka ogw'omwoyo, ebikolwa bigoberera byokka. Abo abalina okukkiriza okufu okutaliimu bikolwa tebasobola na kugezaako kuteekateeka mutima gwabwe gusobole okufuuka ogw'omwoyo. N'olwekyo, tebateeka kigambo mu bikolwa. Ne bwe bagezaako okukikola, ebikolwa byabwe bifuuka bya kungulu, bifuuka ebikolwa eby'obunnanfuusi.

Basobola okulaga ebikolwa basobole okulabibwa abalala.

Mu makwekansaamu abantu bajja kukola ekyo kye bamanyi nga bo. Mukama agamba mu Matayo 6:1, "Mwekuume obutakoleranga bigambo byammwe eby'obutuukirivu mu maaso g'abantu, era babalabe, kubanga bwe munaakolanga bwe mutyo temuweebwenga mpeera eri Kitammwe ali mu ggulu." Gino gye mirimu abantu gye bakola basobola okumanyibwa.

Ne mu Isaaya 29:13 n'awo wagamba, "Awo MUKAMA n'ayogera nti, 'Kubanga abantu bano bansemberera ne banzisaamu ekitiibwa kya mu kamwa kaabwe era kya ku mimwa gyabwe, naye omutima gwabwe baguntadde wala, n'okuntya kwabwe kiragiro kya bantu kye bayigirizibwa.'" Basobola okugamba nti bagala Katonda na mimwa gyabwe. Basobola okutendereza n'emimwa gyabwe. Naye awatali kwagala na kumussaamu kitiibwa, kiba tekigasa.

Eky'okulabirako, ddala bwe tuba nga twagala bazadde baffe, ebikolwa ebimu eby'okubassaamu ekitiibwa bijja kuva mu mitima gyaffe. Wadde tuyinza obutaba bagagga nnyo, tugezaako nnyo nga bwe tusobola mu kuweereza bazadde baffe n'ebikolwa byaffe ebituufu.

So nga, eyinza okubaayo abaana abagagga naye ne bamala gabaako ebikolwa eby'okussa ekitiibwa mu bazadde baabwe bye bakola kubanga balina okukikola. Bakikola kubanga bawulira kibakakatako oba ng'abalina ekigendererwa ekirala ekyekwese mu kyo. Kiyinza okuba nga kikolebwa olw'eby'obusika byayagala ku bazadde be. Ebyo tebiyinza kubeera bikolwa bituufu bya kuwa muzadde kitiibwa. Abazadde bwe bamanya nti kino kye kigendererwa ky'abaana baabwe, emitima gyabwe gijja kwennyika.

Olwo, ate Katonda, oyo asobola okunoonya munda ddala mu mutima gw'omuntu? Katonda bulijjo anoonya mu mutima gw'omuntu wamu n'ebikolwa bye. N'olwekyo, bwe tugamba nti twagala Katonda nti era tumukkiririzaamu, tulina okulaga okwagala kwaffe n'okukkiriza wamu n'ebikolwa ebirimu omutima gwaffe.

Ebikolwa by'Ekkanisa ya Saadi Ebitaggwaayo

Nga Mukama amaze okubanenya, Yagamba, "Tunula, onyweze ebisagaddeyo ebyali bigenda okufa" (olu. 2). Kitegeeza nti balina okutegeera nti ebikolwa byabwe eby'okukkiriza tebisobola kubalokola, nti era balina okutambulira mu mazima okuva kw'olwo.

Era, N'ayongera nti, "Kubanga ssaalaba ku bikolwa byo ekyatuukirira mu maaso ga Katonda wange" (olu. 2). Kitegeeza nti baagwa ne baddayo mu nsi era ne batambulira mu bulamu nga bulinga obw'abo abantu ab'omu nsi. Kwe kugamba, baalina okukomyawo ebikolwa ebituukiridde era ebiweddeyo obulungi.

Eky'okuddamu eri eky'okukola okusobola okukomyawo ebikolwa ebiweddeyo obulungi nakyo kiweereddwa. Agamba, "Kale jjukira bwe waweebwa ne bwe wawulira, okwate, weenenye." (olu. 3). Abafiripi 4:9 wagamba, "Bye mwayiga era ne muweebwa ne muwulira ne mulaba gye ndi, ebyo mubikolenga, ne Katonda ow'emirembe anaabeeeranga nammwe." Nga bwe kyayogerebwa, bwe tuteeka mu nkola ebyo bye tuyiga, bye tuwulira n'okulaba, Katonda ow'emirembe bulijjo anaabeeranga naffe. Nga Mukama bw'agamba, "Okwate era weenenye," tulina okwenenya, tukyuke, era tutambulire mu kigambo okuva leero.

'Okwenenye' tekitegeeza kugamba bugambi nti, "Nsonyiwa, sijja kukiddamu." Tulina okukyukira ddala okuva mu nsobi zaffe era tutambulire mu kkubo ettuufu. Bwe tuba nga twenenyerezza ddala, olwo nno tujja kwongera okutambulira mu kigambo awatali kukyukakyuka.

Bwe twenenya, tulina okulowooza ku ngeri gye twasooka okusisinkanamu Katonda. Tulina okulowooza ku ngeri gye twajja okukkiririza mu Yesu Kristo, Ne ngeri gye twalimu abannyiikivu bwe twafuma Omwoyo Omutukuvu. Tulina okulowooza we twabeerera ku ddala ly'okwagala okwasooka. Twafuna ekisa ekinene, era twali tujjudde okwagala okwasooka. Okwagala kwaffe okwasooka tukukutte nga kwamuwendo era ne tukukuuma?

Abantu bangi tebakuuma omutima gwabwe ogwasooka n'ebikolwa,wabula ne baddayo mu nsi. Wadde bagamba nti bakkiriza, batambulira mu bulamu obutasobola kwawulwa kw'obwo obwa balala bonna ab'ensi. Tulina okwenenya ebintu ebyo byonna, tukomyeewo obujjuvu obwasooka n'okunyiikira, era tutambulire mu kigambo kya Katonda.

Ekituuka Kw'abo Abateenenya

Mukama agamba, "Kale bw'olitunula, ndijja ng'omubbi, so tolimanya ssaawa gye ndijjiramu gyoli' (olu. 3). Ayogera kw'ebyo ebinaatuuka kw'abo abateenenye.

Bwe tunaasisinkana Okujja kwa Mukama okw'Omulundi Ogw'okubiri nga tetunakyuka kuva mu bibi nate, Wajja kuba nga tewakyali kya kukola. Omubbi ayingira mu bifo awatali ngeri yakwekuumamu babbi. Mu ngeri y'emu, eri abo abataneetegeka kusisinkana Mukama, Okujja Kwe Okw'omulundi Ogw'okubiri ajja kujja ng'omubbi.

1 Abasessaloniika 5:4-5 wagamba, "Naye mmwe, ab'oluganda, temuli mu kizikiza, olunaku luli okubasisinkaniriza ng'omubbi, kubanga mmwe mwenna muli baana ba kitangaala, era muli baana ba musana, tetuli ba kiro newakubadde ab'ekizikiza." Kino kitegeeza nti Mukama tajja kujja nga mubbi eri abo abatambulira mu kitangaala era abatali mu kizikiza.

Nga bwe kyayogerebwa Mukama mu Matayo 24:36, "Naye eby'olunaku luli n'ekiseera tewali abimanyi, newakubadde bamalayika ab'omu ggulu, newakubadde Omwana, wabula Kitange yekka," Katonda Kitaffe yekka yamanyi olunaku n'essaawa Mukama lw'anaadda.

Naye Bayibuli etubbirako ekiseera Mukama lw'anaadda nate.

Kye kimu nga omuntu bwabeera tamanyi olunaku lw'ennyini n'essaawa omukazi ow'olubuto kwanaazaalira omwana, naye tusobola okumanya nti ebula nga myezi oba omwezi.

Mukama yatubuulira dda obubonero obuliranga enkomerero y'ensi mu Matayo 24. Kale tulina okutamiirukuka nga twetegekera okujja kwa Mukama okw'omulundi ogw'okubiri n'okusaba (1 Peetero 4:7).

Ekigambo kya Katonda Kye Kipimo Okupimirwa Okukkiriza

1 Peetero 1:23 wagamba, "Bwe mwazaalibwa omulundi ogw'okubiri, si na nsigo eggwaawo, wabula etaggwaawo, n'ekigambo kya Katonda ekiramu eky'olubeerera."

Okufuna obufunyi ensigo etaggwaawo, nga kye kigambo kya Katonda, si we kikoma. Okujjako nga tulabiridde bulungi ensigo ey'ekigambo kya Katonda mu mutima gwaffe okubala ebibala ebingi lwe tusobola okufuuka omuntu azaaliddwa obuggya oyo asaana okuyitibwa 'omulamu.'

Okuwulira obuwulizi ekigambo kya Katonda, n'okukitereka obulungi ng'ekimu kw'ebyo by'omanyi tekusobola kuyitibwa okukkiriza okutuufu. Bwe tunywerera ku kigambo kye tuwulira era ne tukisabira, era ne tukiteeka mu nkola, ekigambo kijja kumera, era kizaale ebibala bingi gamba nga kikumi mu nkaaga oba emirundi asatu.

Omuntu ne bwabeera ng'aweereddwa obukulu mu kanisa, era ne bw'alabika okuba ng'alina okukkiriza, ayinza okuba n'okukkiriza okufu. Ku ngungu, Yuda Isukalyoti yali mu kifo ng'agwanidde okuyitibwa omuyigirizwa wa Mukama, naye yalekayo ekisa kye yali afunye, era ekyavaamu n'alaba okufa olw'ekibi kye ekinene eky'okulya mu Yesu olukwe.

Olumu Kabaka Sawulo naye, yayagalwa Katonda, era n'olondebwa okuba kabaka wa Isiraeri. Naye n'atandika okwemanya okutuuka n'okuwakanya okwagala kwa Katonda, era naye yakwata ekkubo ery'okuzikirira.

N'olwekyo, ekipimo ky'okukkiriza si y'endabika ey'okungulu oba ekifo omuntu kyalimu. Ekipimo kyokka kye kigambo kya Katonda. Omuntu yenna bwayigiriza oba okuba ng'akola ekintu ekiwakanya ekigambo kya Katonda, ne bw'abeera mukulembeze mu kanisa oba nga musumba, tetulina kumuwuliriza. Ekintu ekikulu si kuba nti asobola okuyigiriza oba nedda, naye ekikulu kwe kuba nti oba atambulira mu kigambo.

Oyo yenna akuuma waakiri amateeka, era n'asomesa abalala okukola kye kimu, ajja kuyitibwa w'amaanyi mu bwakabaka obw'omu ggulu. Era ajja kubeera n'obuyinza ku bigambo ebikyusa abantu bangi ku nsi kuno.

OKUWABULA KWA MUKAMA N'EKISUUBIZO EKYAWEEBWA ABAMU KU BAKKIRIZA ABATONO MU SAADI

Naye olina amannya matono mu Saadi agataayonoona ngoye zaabwe, era balitambula nange mu ngoye njeru kubanga basaanidde. Bwatyo awangula alyambazibwa engoye enjeru, so sirisangula n'akatono linnya lye mu kitabo ky'obulamu, era ndyatula erinnya lye mu maaso ga Kitange, ne mu maaso ga bamalayika Be. Alina okutu awulire Omwoyo ky'agamba ekkanisa.' (Okubikkulirwa 3:4-6).

Ekkanisa ye Saadi baagambanga nti bakkiririza mu Katonda, naye baali tebatambulira mu kigambo. Bwe batyo, baafuna okunenyezebwa okukambwe okugamba nti baalina erinnya nti baali balamu, naye nga bafu. Naye Mukama n'agamba nti mu bo, mwalimu abatono abaali tebanayonoona ngoye zaabwe era nga baali basaanidde.

Olw'okuba Mukama yagamba nti, "abatono," kitegeeza nti ekigambo Kye kyali kituukira ku bantu batono mu ba memba b'ekkanisa y'e Saadi, kale tekwali kusiima okugenda eri ekkanisa yonna.

Abo Abatono Abataayonoona Ngoye Zaabwe

Wano 'engoye' kabonero akalaga omutima gw'omuntu. Era, 'obutayonoona ngoye zaabwe' kitegeeza 'obutaleetera mitima gyabwe okufuuka egitali miyonjo.' Kwe kugamba, baatambuliranga mu kigambo n'okukkiririza mu mazima emitima gyabwe gireme okwonoonebwa n'ekibi ky'ensi wamu n'obubi.

Era kitegeeza okulongoosa omutima, ogwali gw'onooneddwa nga amazima teganamanyibwa, nga omuntu alwanyisa ekibi okutuuka ku ssa ery'okuyibwa omusaayi. Era kitegeeza, obutayonoona omutima ogubadde omuyonjo n'agatali mazima n'ebibi nate. Kale, woogera kw'abo abagezaako okutamiirukuka, okusaba, n'okukuuma okukkiriza okutuufu.

Ekkanisa ya Saadi yali mu mbeera ng'omuzibe yakulembeddemu muzibe munne ne baba nga bombi baali bali kumpi kugwa mu kinnya. Kyokka wadde guli gutyo, waaliyo ba memba abatono abaalina obusobozi bw'okwawula ekirungi ku kibi era ne bagezaako okutuukiriza ekyo Katonda kyayagala. Mukama agamba abantu ab'ekika ekyo, "balitambula nange mu ngoye enjeru kubanga basaanidde." (olu. 4).

Wabula okugamba nti baali basaanidde tekitegeeza nti baali batuukiridde mu kutukuzibwa. Bw'ogeraageranya n'okukkiriza kw'ekkanisa yonna eya Saadi, waaliyo batono ddala abaali basaba n'okugezaako okukuuma okukkiriza kwabwe okutuufu, era baali basaanidde mu maaso ga Mukama.

Ba memba abasinga baalina okukkiriza okufu mu Kanisa ye Saadi. Naye mwalimu abatono abaakuuma okukkiriza kwabwe era ne batambulira mu kigambo, era ne balabibwa ng'abasaanidde eri Mukama. Kale, tusobola okukiraba nti okukkiriza kwabwe kwali kulungi. Tekyali kyangu okukuuma okukkiriza mu kibuga kya Saadi, naddala ng'oli wakati w'abantu abaakwananga ensi era ne b'onoonebwa ekibi. Kyokka bo baasigala bakuumye okukkiriza kwabwe, era gwali mukisa munene ddala.

Ng'eky'okulabirako, waliwo abamu abayigganyizibwa ab'omu maka gaabwe olw'okuba Abakristaayo. Wayinza okubaayo ekiseera ne bawulira ng'obulamu buzibu, naye okuyita mu kuyigganyizibwa okw'ekika ekyo bajja kwongera okuzuukusibwa era basabe. Bajja na kuyiga okugumiikiriza. Era mu kunyiikira okusabira ab'omu maka gaabwe, okwagala okw'omwoyo gye bali kujja kukula. Bwe banaaba n'okwagala okw'omwoyo, bajja kwebaza mu mbeera yonna, era bajja kutwala ba memba b'omu maka gaabwe ng'emyoyo egy'omuwendo egy'abakwasibwa okuva eri Katonda.

Mu kiseera kye kimu, engeri gye kuba okuyigganyizibwa olw'erinnya lya Mukama, empeera yaabwe ejja kukung'anyizibwa mu ggulu. Era okukkiriza kwabwe kujja kwongera okunywera kubanga banaaba bakuumye okukkiriza kwabwe mu mbeera ng'eyo enzibu. Katonda buli omu amutereeza mu ngeri ey'enjawulo okusinziira ku kisaawe ky'omutima gwe n'ekibya kye. Okuyita mu kulongoosebwa, Katonda atusobozesa okujjuzaawo kye tubadde tetulina bulungi era n'aleetera emmeeme zaffe okuba obulungi.

Mu ngeri y'emu, okusobola okukuuma okukkiriza kwabwe ba memba abatonotono ab'Ekkanisa ya Saadi, abataddugaza ngoye zaabwe, bateekwa okuba baasaba nnyo okusinga abalala bonna. Era ekyavaamu, baasobola okusiimibwa Mukama nti basaanidde.

Abakkiriza Batono Abatambula ne Mukama mu Ngoye Enjeru

Abo abatono abaasiimibwa Mukama nti "basaanidde" Mu kanisa ya Saadi baasobola okufuna omukisa "ogw'okusobola okutambula ne Mukama mu ngoye enjeru."

Naye wano, tulina okukimanya nti "okubeera ne Mukama" ne "okutambula ne Mukama" bya njawulo. Si nsonga tugenda mu kifo ki eky'okubeeramu mu ggulu, kisoboka ffe okubeera ne Mukama kubanga asobola okugenda mu kifo kyonna mu ggulu. Ne bwe tubeera mu Lusuku lwa Katonda, Mukama ajja kujja gye tuli abeereko naffe. Naye olw'okuba abo abali mu Lusuku lwa Katonda babeera baafuna obulokozi obw'ekiswavu, bawulira nga baswala nnyo okusisinkana Mukama maaso ku maaso oba okutambula Naye.

Naye okutambula ne Mukama kulina amakulu mangi okusinga okubeera Naye. Abo bokka mu Bwakabaka Obw'okusatu obw'omu ggulu, n'okusinga ennyo abo abali mu Yerusaalemi Empya basobola okutambula ne Mukama mu makulu amatuufu ag'ekigambo ekyo.

Okutambula ne Mukama kitegeeza okubeera ne Mukama awantu wonna ekiseera kyonna, era okutambula Naye mu bwakabaka obw'omu ggulu, tulina okubeera n'ebisaanyizo ebituufu. Ddala Mukama ali n'abaana ba Katonda abo abatambulira mu mazima. Naye ajja kutambula n'abo abagala Katonda mu ngeri esingirayo ddala, nga beggyeeko buli kika kya bubi, era ne bafuuka abatukuziddwa. Mukama bw'abeera atambula n'omuntu, Olwo obukakafu Bwe, obuyinza, n'amaanyi bijja kulagibwa nti biri naye n'obukakafu obutegeerebwa obulungi ddala.

Amakulu g'Engoye Enjeru

Mukama yawabula era n'awa ekisuubizo abo abatono mu Kanisa ya Saadi, era n'agamba nti, "Bwatyo awangula alyambazibwa engoye enjeru" (olu. 5).

Wano, 'okuwangula' kitegeeza 'okukuuma okukkiriza n'okutambulira mu mazima.' so nga 'engoye enjeru' kitegeeza engoye ezambalibwa emyoyo egirokoleddwa gyonna; ke kabonero ak'obulokozi. N'abo abatatwaliddwa mu bbanga mu Kudda kwa Mukama Okw'omulundi Ogw'okubiri era ne bagwa mu Kubonaabona okw'Amaanyi okw'Emyaka Omusanvu, kyokka ne balokolebwa n'abo bajja kwambala engoye enjeru mu dda. Engoye enjeru wano si kabonero bubonero ka bulokozi, naye kyambalo ekyeru ekiweebwa okusinziira ku mutendera omuntu kwatuuse mu kutukuzibwa. Omuntu gyakoma okuba ku ddala erya waggulu mu kutukuzibwa, ekyambalo kye ekyeru kyanaayambala gye kikoma okwakaayakana. N'olwekyo, mu bwakabaka obw'omu ggulu okulaba obulabi enkyambalo ky'omuntu, tusobola okumanya obutukuvu omutima gwe bwe gutuuseeko ku nsi kuno.

Tujja na kutegeera, okuyita mu by'okwewunda, omuntu empeera ze yakung'anya bwe yali ng'akyali ku nsi kuno. Ekyo kiri bwe kityo lwakuba Katonda oyo asasula okusinziira ku muntu kyakoze, agaba eby'okwewunda ebirungi okusinziira ku bikolwa by'omuntu ku nsi.

Omukisa gw'Erinnya ly'omuntu Okuba Nga Terijja Kusangulwa mu Kitabo Ekyoobulamu

Mukama agamba nti, ng'ogyeeko okumuwa olugoye olweru, talisangula n'akatono linnya lye mu kitabo ky'obulamu (olu. 5).

Omuntu ne bwalabika nti assa, tekitegeeza nti ddala mulamu. Omuntu asobola okuba n'obulamu bwe nnyini singa omwoyo gwe, ogwalinga omufu olw'ekibi kya Adamu, guzuukizibwa. Abo abatakkiriza Mukama era ne batambulira mu kizikiza, omwoyo gwabwe guba mufu. Kale, bwe bafa, bagenda mu ggeyeena, kwe kugamba, okufa okw'olubeerera.

Naye bwe bakkiriza Mukama Yesu Kristo, era ne bafuna Omwoyo Omutukuvu, omwoyo gwabwe omufu gukomawo mu bulamu era ne bafuna obulamu obutaggwaawo. Amannya gaabwe gajja na kuwandiikibwa mu Kitabo Eky'obulamu mu ggulu. Kyekyo lwaki mu Kubikkulirwa 20:15 wagamba, "Era omuntu yenna ataalabika ng'awandiikiddwa mu kitabo eky'obulamu, n'asuulibwa mu nnyanja ey'omuliro." Abo bokka amannya gaabwe agaliwandiikibwa mu Kitabo Eky'obulamu be balirokolebwa.

Wabula, eky'okuba nti erinnya lyaffe liri mu Kitabo Eky'obulamu tekituwa bukakafu eri obulokozi. Okujjako ng'erinnya lyaffe lisangiddwa mu Kitabo Eky'obulamu Katonda Omulamuzi lw'alikibikkula ku lunaku olw'omusango ogw'oku Namuolondo Ennene Enjeru, lwe tusobola okutuuka eri obulokozi. Agamba, "sirisangula n'akatono linnya lye mu kitabo ky'obulamu." Bwe twetegereza ennyo ebigambo ebyo, kitegeeza nti erinnya eriwandiikiddwa mu Kitabo Eky'obulamu lisobola okusangulibwamu.

Abakkiriza bangi olwaleero balowooza nti erinnya lyabwe kasita liwandiikibwa mu Kitabo Eky'obulamu kiba kya lubeerera nti era bajja kugenda mu ggulu, ne bwe beeyisa nga bwe bagala. Naye ebintu si bwe bityo bwe biri n'akatono. Okuva erinnya lwe liwandiikibwa mu Kitabo Eky'obulamu, tuba tutuuse mu kkubo ery'okukolerera obulamu obutaggwaawo. Naye bwe tuva ku kkubo eritutwala eri obulamu obw'omu ggulu, Omwoyo Omutukuvu asobola okuggwerera (1 Abasessaloniika 5:19), awo erinnya lyaffe lijja kusangulibwa mu Kitabo eky'obulamu (Okuva 32:33).

1 Abakkolinso 15:2 n'awo wagamba, "Era gye mulokokeramu, mbategeeza ebigambo bye nnagibuuliriramu, oba nga muginyweza, wabula nga mwakkiririza bwereere." "okukkiririza obwerere" kitegeeza "okukkiriza okw'omubiri." Kwe kukkiriza okufu okutaliimu bikolwa by'amazima. Ne bwe tuba nga tubadde tugenda ku kanisa okumala ebbanga ddene era nga tumanyi nnyo Bayibuli, kasita tuba nga tetutambulira mu kigambo kya Katonda wabula nga tweyisa nga ab'ensi bwe beeyisa, olwo nno tuba n'okukkiriza "okufu".

Bayibuli era eyogera nti bwetukola ebyo eby'omubiri eby'olwatu, omuli obwenzi, empitambi, obukaba, okusinza ebifaananyi, tetusobola kusikira bwakabaka obw'omu ggulu (Abagalatiya 5:19-21).

Bayibuli era etubuulira ne ku "bibi ebitutwala mu kufa."

By'ebibi 'eby'okuvvoola Omwoyo Omutukuvu,' 'okwogera obubi ku Mwoyo Omutukuvu' (Matayo 12:31-32), 'n'okugwa okubivaamu kyokka nga bamaze okussa ekimu mu Mwoyo

Omutukuvu nga bakomerera Mukama omulundi ogw'okubiri nga bamukwasa ensonyi mu lwatu' (Abaebbulaniya 6:6), era 'N'okugenderera okwonoona nga bamaze okuweebwa okutegeera amazima'(Abaebbulaniya 10:26).

Bayibuli eyogera ku ngeri gye tuyinza okufunamu obulokozi. Kyokka mu kiseera kye kimu, n'eyogera mu bujjuvu engeri gye tuyinza okumaliriza nga tugudde mu kufa. Tewaliiwo kiseera obulokozi webusalibwaawo. Tulina okukitegeera nti kye 'kintu ekigenda mu maaso' okutuuka Mukama lw'alidda.

Ne bwe tuba tuli munda mu nsolo ez'obulokozi, tusobola okuzifulumamu olw'ebyo bye twesalirawo okukola. Kyokka, ate ne bwe tuba tufulumye mu nsalo ez'obulokozi, wabeerawo ekiseera nga tusobola okuziddamu.

Omukisa Gw'Amannya Gaffe Okwatulwa mu maaso ga Kitaawe, ne mu maaso ga Bamalayika Be

Ba memba batono mu Kanisa ye Saadi abaafuna ekisuubizo okuva eri Mukama ng'ayogera nti , "ndyatula erinnya lye mu maaso ga Kitange, ne mu maaso ga bamalayika Be" (olu. 5). Ku Namulondo Ennene Enjeru ey'omusango, mu maaso ga Katonda Omulamuzi, tulina okukkirizibwa Mukama ng'agamba, "Ono mwana wa Katonda."

Era okukkirizibwa kwa Mukama okwo kulina okukkirizibwa ne bamalayika. Waliyo bamalayika abatunuulira ebikolwa byaffe byonna n'omutima saako ebirowoozo byaffe, era ne babiwandiika wansi n'okubyogerayo (Matayo 18:10). N'okusaba kwaffe N'akwo kutwalibwa eri ekyoto ekya zaabu (Okubikkulirwa 8:3-4).

Kituufu, waliyo bamalayika abasindikibwa Katonda okukuuma abaana Be. Kyokka era waliyo ne bamalayika abaliwo okulondoola buli muntu ssekinnoomu. Alipoota zaabwe ze bakola zijja kukozesebwa ng'obukakafu ku lunaku olw'omusango ogw'oku Namulondo Ennene Enjeru.

Bamalayika abo bennyini bayinza obutavaayo okutulumiriza ng'abakola ng'abajjulizi ku lunaku olwo olw'omusango. Naye, olw'alipoota ze baakola, tusobola okukkirizibwa nti twatambulira mu bulamu obusaanidde ng'abaana ba Katonda. Kubanga ba malayika be balaba nga batambula okumpi ddala naffe, era kye boogera wano kirina okutwalibwa.

Mukama Ayagala Ekkanisa ye Saadi Okukyuka

Mukama amaliriza ebigambo Bye ng'agamba, "Alina okutu awulire omwoyo ky'agamba ekkanisa," Ng'era bwe yagamba ekkanisa endala (olu.6). Mukama akubiriza Ekkanisa ye Saadi nate, n'omutima Gwe ogw'amazima era oguyaayaana bakuuma ekyo kye baawulira mu mitima gyabwe era bakyuke.

Ekkanisa ye Saadi yalina okukkiriza okufu. Singa baali tebeenenyezza era nga tebakyuse, bandibadde tebalina kye bakola na bulokozi. Naye, olw'okuba baali bawulidde era nga bayize amazima, engeri gye baali bagawulidde. Kati ye yali essaawa bakyuse okukkiriza kwabwe okumanye kufuuke okukkiriza okulamu okugobererwa ebikolwa.

Era, ne bwe bandibadde n'okukkiriza okubafunyisa obulokozi, bandibadde balina okukunyweza okutuuka nga Mukama akomyewo. Olwo lwokka lwe bandiyambaziddwa engoye enjeru, akabonero ak'obulokozi, era bandifunye ekitiibwa, n'empeera mu ggulu okusinziira ku bikolwa byabwe ku nsi kuno.

Naye ekkanisa nnyingi olwaleero amazima gano tebagategeera; tebazuukuka okuva mu ttulo twabwe otw'omwoyo, era balina okukkiriza okufu. Ekisinga obubi, tebalina musumba abayigiriza amazima. Balinga abazibe abagoberera muzibe munaabwe okubalung'amya.

Katonda ayagala abo abalina okutu okuwuliriza ekigambo Kye era batuuke eri obulokozi. Era ayagala abo abagalira ddala Katonda Kitaffe okunoonya Mukama era bayaayaanire okugoberera amazima. Ayagala balung'amizibwa bulungi basobola okufuna ekifo eky'okubeeramu mu ggulu ekisingayo.

N'olwekyo, tulina okukitegeera nga bwe kiri eky'omukisa omunene okuba n'okukkiriza okutuufu, okutufuula abagole ba Mukama abatuukiridde abatalina bbala lyonna, nti kitusobozesa okubeera nga tusobola okutambula ne Mukama bulijjo mu ggulu.

ESSUULA 6

EKKANISA YA FIRADERUFIYA:
- Baafuna Kusiimibwa Kwokka Olw'okutambulira mu Kukkiriza

Ekkanisa ya Firaderufiya ye Kanisa yokka mu kanisa omusanvu eyafuna okusiimibwa kwokka. Wadde baalina amaanyi matono, tebaayonoonebwa bintu bya nsi era ne bakuuma okukkiriza kwabwe. Olwa kino baafuna ekisumuluzo kya Dawudi ekisobola okuggula oluggi olw'emikisa. Baafuna obukakafu bw'okwagala kwa Katonda n'omukisa gw'ekisuubizo nti bajja kufuuka empagi ya Yerusaalemi Empya.

Ekigambo ekyaweebwa Ekkanisa ya Firaderufiya kye kigambo eky'ekkanisa ne ba memba b'ekkanisa abo abafuba okukuuma ekigambo kya Katonda, wadde balina okukkiriza kutono, era ne balaga obubonero, ebyewuunyo, n'emirimu gy'amaanyi okuyita mu kino.

Okubikkulirwa 3:7-13

Era eri malayika ow'ekkanisa ey'omu Firaderufiya wandiika nti: Bw'ati bw'ayogera oyo omutukuvu, ow'amazima, alina ekisumuluzo kya Dawudi, aggulawo, so tewali muntu aliggalawo, aggalawo, so tewali muntu aggulawo, nti:

'Mmanyi ebikolwa byo. Laba, nnateeka mu maaso go oluggi olugguddwawo, omuntu yenna lw'atayinza kuggalawo, ng'olina amaanyi matono, n'okwata ekigambo kyange, so teweegaana linnya Lyange. Laba, ng'abo ab'omu kkung'aniro lya Setaani abeeyita Abayudaaya, so si bo, naye balimba, laba, ndibaleeta okujja okusinza mu maaso g'ebigere byo, era ndibamanyisa nga nnakwagala. Kubanga weekuuma ekigambo eky'okukemebwa, ekigenda okujja ku nsi zonna, okukema abo abatuula ku nsi.

Njijja mangu, nyweza ky'olina, omuntu yenna alema okutwala engule yo. Awangula ndimufuula empagi mu Yeekaalu ya Katonda wange, so talifuluma nate ebweru, nange ndiwandiika ku ye erinnya lya Katonda wange, n'erinya ly'ekibuga kya Katonda wange, Yerusaalemi ekiggya, ekikka okuva mu ggulu eri Katonda wange, n'erinnya lyange eriggya. Alina okutu awulire Omwoyo ky'agamba ekkanisa.'

Ebbaluwa ya Mukama eri Ekkanisa ya Firaderufiya

Era eri malayika ow'ekkanisa ey'omu Firaderufiya wandiika nti: Bw'ati bw'ayogera oyo omutukuvu, ow'amazima, alina ekisumuluzo kya Dawudi, aggulawo, so tewali muntu aliggalawo, aggalawo, so tewali muntu aggulawo, nti: (Okubikkulirwa 3:7).

Abatume bwe baali bakola mu Firaderufiya, kyali kibuga kitono nga kirimu abantu nga 1,000. Musisi yateranga nnyo okuyita, kale abantu baayo abasinga baali balimi. Baanyumirwanga okuwummulira ku nviinnno n'okuzina nga bwe basinza Diyonisasi, katonda omukozi w'enviinyo. Firaderufiya era kyali ekibuga abantu mwe baayitanga okugenda e Saadi, Perugam, e Tulooyi, ne Looma.

Ekkanisa ye Firaderufiya ye kanisa yokka mu kanisa omusanvu eyafuna okusiimibwa okuva eri Mukama. Kyakulabirako kirungi eri ekkanisa nnyingi olwaleero.

Mukama Mutukuvu era W'amazima

Mukama ayogera eri Ekkanisa ya Firaderufiya 'mutukuvu era w'amazima.' Wano, 'obutukuvu' kitegeeza Ali waggulu w'abantu bonna, talina kibi kyonna. Katonda yekka gw'addiza ekitiibwa kubanga Atambulira mu kigambo kya Katonda kyokka nga talina bbala lyonna wadde olufunyiro.

Mu kusooka, ekigambo 'mutukuvu' tekyakozesebwanga ku muntu yenna. Katonda yekka nga ye mutukuvu era ow'amazima. Naye, omuntu bwakomyawo ekifaananyi kya Katonda ekyali kyabula olw'ekibi, era bwatandika okufaanana Katonda era n'atuukiriza obulongoofu bwa Katonda, olwo ekigambo 'mutukuvu' kisobola okukozesebwa okukinyonyola. Kino kyesigamizibwa ku kyawandiikibwa mu 1 Peetero 1:16.

Mu Yokaana 10:34-36 Yesu agamba, "Tekyawandiikibwa mu mateeka gammwe nti, 'Nze nnagamba nti muli bakatonda'? Oba nga yabayita abo bakatonda, abajjirwa ekigambo kya Katonda, (so n'ebyawandiikibwa tebiyinza kudiba), mmwe mumugambira ki Ye, Kitaawe gwe yatukuza, n'amutuma mu nsi, nti, 'Ovvodde, kubanga ngambye nti 'Ndi Mwana wa Katonda ?'"

Wano, abo 'abajjirwa ekigambo kya Katonda' kitegeeza

abo abakuuma ekigambo eky'amazima era ne batambulira mu kigambo. Kitegeeza nti Katonda abalaba nga bakatonda. Tekitegeeza nti ddala kati bali ku ddala lya Katonda kubanga Katonda abatwala nga bakatonda. Kitegeeza nti Katonda abatwala ng'abaana ba Katonda abajjuvu. Abatwala okuba nti b'ebantu ab'omwoyo, era abantu ab'amazima.

Yensonga lwaki Mukama waffe Yesu agamba mu Matayo 5:48, "Kale mmwe mubeerenga abatuukirivu, nga Kitammwe ali mu ggulu bw'ali omutuukirivu." Era Agamba mu Yokaana 17:17-19, "Obatukuze mu mazima, ekigambo kye ge mazima, nga bwe wantuma mu nsi nange bwe nnabatuma mu nsi. Era nze nneetukuza ku bwabwe, n'abo bennyini batukuzibwe mu mazima." Nga bwe kyogera, kwe kwagala kwa Katonda ffe okufuuka abatukuvu kubanga Naye mutukuvu.

Ekirala, "w'amazima" kitegeeza "temuli bulimba mu ye oba agatali mazima." Obutakyukakyuka, obutayuugayuuga ku kkono oba ku ddyo, obutalimba, okukuuma ebweyamo, obutaba mukalabakalaba, obunywevu olubeerera; bino byonna kye kintu ekiyitibwa 'amazima.' "okubeera ow'amazima" kikulu nnyo. Okujjako nga tuli b'amazima, lwe tusobola okuweebwa okukkiriza; ekigambo kya Katonda kisobola okuba ekiramu era nga kikola mu ffe, era tujja kulaba amaanyi ga Katonda. Kiri bwe kityo lwakuba ekigambo kya Katonda kye nnyini mazima.

Ku ludda olulala, bwe tutabeera b'amazima, tusobola okuba

n'okubuusabuusa, era tusobola okukemebwa n'agatali mazima. Era tetulitegeera omutima gwa Katonda. (1 Abakkolinso 2:13). Olwo, kitegeeza ki nti Mukama alina ekisumuluzo kya Dawudi?

Mukama Yalina Ekisumuluzo kya Dawudi

Dawudi ye yali kabaka wa Isiraeri ow'okubiri. Mu myaka gye egyasooka yatya nnyo n'okwagala Katonda. Isiraeri yakulaakulana nnyo mu biseera Dawudi we yabeerera kabaka. Yagaziwa, ne bagaggawala era n'ensi ezaali zigirinaanye nga zigiwa ekitiibwa. Dawudi naye yayagalwa nnyo Katonda n'abantu ba Isiraeri.

Twetaaga ekisumuluzo okuggula ekisenge ekijjuddemu eby'obugagga. Oyo yekka alina ekisumuluzo ekiggula ekisenge ekyo yasobola okuggula oluggi ne yeeyagalira mu by'obugagga byonna ebirimu. Katonda yakwasa Dawudi ekisumuluzo ekisobola okuggula oluggi lwonna eri emikisa asobole okweyagalira mu mikisa egya buli kika. kyasoboka kubanga Dawudi yali musajja eyali agoberera omutima gwa Katonda.

Wabula Dawudi, yalina okuyita mu bigezo eby'amaanyi nga tannafuna bisaanyizo bimufunisa kisumuluzo. Okusobola okuzibira ensonga ey'okuba nti yeebaka ne mukazi w'omu kubasirikale be Yuriya era n'afuna n'olubuto, Dawudi yaleetera Yuriya okuttibwa. Eno ye yali entandikwa y'ebigezo bye. Kyali ekibi ekinene ennyo, naye tekyali nti Dawudi yali musajja mubi nnyo okuba nti yakola ekibi kino.

Ekituufu, Dawudi yayagala nnyo Katonda okusinga omuntu omulala yenna. Naye olw'okuba yalina omulandira gw'obubi ogwasimba munda ddala mu kikula kye, kyafubutukayo ng'ekibi ekinene.

Olw'okuba Katonda yali akimanyi nti mwalimu akalandira k'obubi mu kikula kya Dawudi, Katonda yamuganya okuyita mu bigezo asobole okwezuula mu bujjuvu era asobole okutuukirizibwa obulungi.

Wabula ne mu bigezo ebikambwe bwe bityo, Dawudi byonna yabiteeka mu mikono gya Katonda. Olw'obujjeemu bw'omwana we, Abusolomu, Kabaka Dawudi yalina okudduka mu bwangu. Awo, Simeeyi, omusajja owa bulijjo n'amukolimira, ng'agamba, "Vvawo, vvawo, ggwe omusajja ow'omusaayi, era omusajja wa Berali" (2 Samwiri 16:7). Wadde gwali gutyo, Dawudi teyamubonereza. Wabula yeetowaaza asobole okufuna okusasirwa kwa Katonda. Eneeyisa eno yali yanjawulo nnyo ku gye yalina mu kusooka, ey'okuleetera Yureya ataalina musango okufa ng'akozesa obuyinza bw'okuba kabaka.

Mu ngeri y'emu, okuyita mu bigezo, yasobola okukyuka n'afuuka omuntu eyali anoonya omutima gwa Katonda n'okusingawo. Nga Katonda amaze okumutereeza ng'ekibya ekirungi okusobola okufuna eby'amagero, Katonda yawa Dawudi ekisumuluzo okuggula oluggi eri eby'amagero eby'amaanyi. Era ng'okusinga byonna, yafuna omukisa ogutagambika, kwe kugamba, mu lunyiriri lwe, Yesu mwe yava okusobola okuggulawo ekkubo ery'obulokozi.

Ekisumuluzo kya Dawudi kino tekiweebwa bantu balondemu. Kiweebwa awatali kusosola eri buli oyo ayagala Katonda, afaanana Mukama, era n'afuuka mutukuvu era ow'amazima. Bwe tufuuka abasaanidde olw'okuba tutuukirizza ebisaanyizo ebyo Katonda byayagala, oluggi eri eby'amagero by'okuba omulamu n'emikisa emirala nga obugagga, ekitiibwa, n'obuyinza bijja kuggulwawo. Era ekinaavaamu, ekisumuluzo eky'okuggula oluggi eri eky'amagero ekisingayo obunene n'akyo kijja kutuweebwa; oluggi olugenda mu Yerusaalemi Empya.

Kino kye kyogerwa ku Mukama alina ekisumuluzo ekiggula eri eby'amagero byonna, "oyo aggulawo, so tewali muntu aliggalawo, aggalawo, so tewali muntu aggulawo" (olu. 8).

Kiri bwe kityo lwakuba oluggi eri obulokozi lusobola okuggulibwawo mu linnya lya Mukama Yesu Kristo yekka, era oluggi luno kasita luggulibwaawo, tewali asobola kuluggala, nga bwe kyogera mu Ebikolwa 4:12, "So tewali mu mulala bulokozi, kubanga tewali na linnya ddala wansi w'eggulu eryaweebwa abantu eritugwanira okutulokola."

Ne bw'aba omulabe Setaani tasobola kuluggala! Mukama aggulawo era n'aggalawo buli kimu okusinziira ku kwagala kwa Katonda, era buli kimu n'akituukiriza nga ekigendererwa kya Katonda bwe kiri awatali kukola nsobi yonna.

Embeera eza leero Ezituukira ku Kkanisa ya Firaderufiya

Obubaka obwaweebwa Ekkanisa y'e Firaderufiya bwa kanisa ezirina ekikula ky'ekkanisa ezo Katonda zalonze era n'alondoola Ye Yennyini. Ze kanisa z'akkiriza era n'alung'amya. Ekkanisa za leero ezo ezitenderezebwa Mukama nga Ekkanisa y'e Firaderufiya zirina amaanyi matono naye tezijja kwekkiriranya na nsi. Zijja kukuuma ekigambo kya Katonda, era mu kuyigganyizibwa okw'ekika kyonna oba ebigezo, bajja kugumiikiriza okutuusa ku nkomerero era ziwangule n'okwagala n'okukkiriza.

Ekkanisa ey'ekika kino ejja kufuna emikisa gye gimu nga egyaweebwa Ekkanisa y'e Firaderufiya. Gamba nga, bajja kubeera n'obukakafu obulaga okwagala kwa Katonda gye bali, era bajja kulaga emirimu egyewuunyisa egy'amaanyi ga Katonda.

Katonda ajja kuggulawo enzigi nnyingi ez'emikisa omuli n'oluggi olw'obuyinza obw'omwoyo okuwangula n'okugoba omulabe Setaani. Ajja kuggulawo oluggi olw'amaanyi ga Katonda okukola eby'amagero eby'amaanyi, obubonero, n'emirimu egitasangikasangika. Okuyita mu nziggi zino, basobola okutwala emmeeme nnyingi eri ekkubo ery'obulokozi.

Era, enziggi z'emikisa ez'ekkanisa ziggulwaawo, okusinziira ku ba memba baayo gye bakoma okutuukiriza ebisaanyizo, babeera basemberera okufuna ekisumuluzo ekiggula Yerusaalemi Empya.

Okuva Ekkanisa ya Manmin Enkulu lwe yatandikibwaawo, Mbadde ntwala Ekkanisa y'e Firaderufiya ng'eky'okulabirako era tugezezzaako nga bwe tusobola okufuuka ekkanisa ennungi esobola okusiimibwa Mukama. Tugumidde okuyigganyizibwa n'ebigezo bya mirundi mingi ffe okusobola okukuuma ekigambo kya Katonda n'obutekkiriranya na nsi.

Era ekivaamu, Katonda aganyizza amaanyi ag'obutonzi n'ebintu eby'amaanyi era ebitakkirizika bituuseewo. Si kugamba nti emirimu egy'amaanyi egibeerawo ennaku zino, gizze gibeerawo okuva kuntandikwa. Naye bwe tugenze tuwangula amadaala ag'omuliro-okutulongoosa mu kukkiriza kwaffe, Katonda atututte ku ddala erisingawo.

Wadde Katonda atuwadde ekisumuluzo ky'emikisa, kiri eri buli mukkiriza kinnoomu n'ekkanisa okuggulawo oluggi era beeyagalire mu mikisa egiri mu kisenge ekijjudde eby'obugagga.

Kaggayi 2:9 wagamba, "'Ekitiibwa eky'ennyumba eno eky'oluvannyuma kirisinga kiri ekyasooka, bw'ayogera, MUKAMA w'eggye." Nga bwe kyogera, ne bwe tuba tulina amaanyi matono, tulina okufuba nga bwe tusobola mu bifo byaffe tube nga tusobola okutuukiriza ebintu eby'amaanyi okusinga bwe kyali okuweesa Katonda ekitiibwa.

Okusiima kwa Mukama eri Ekkanisa ya Firaderufiya

'Mmanyi ebikolwa byo. Laba, nnateeka mu maaso go oluggi olugguddwawo, omuntu yenna lw'atayinza kuggalawo, ng'olina amaanyi matono, n'okwata ekigambo kyange, so teweegaana linnya Lyange. Laba, ng'abo ab'omu kkung'aniro lya Setaani abeeyita Abayudaaya, so si bo, naye balimba, laba, ndibaleeta okujja okusinza mu maaso g'ebigere byo, era ndibamanyisa nga nnakwagala. Kubanga weekuuma ekigambo eky'okugumiikiriza kwange, era nange ndikukuuma obutayingira mu kiseera eky'okukemebwa, ekigenda okujja ku nsi zonna, okukema abo abatuula ku nsi. (Okubikkulirwa 3:8-10).

Abantu bwe babaako enkulaakulana ey'amaanyi mu bintu eby'enjawulo bye bakola eri enkulaakulana y'omuntu, oba bwe bakola ebintu ebirungi ennyo eby'okwagala, amannya gaabwe gajjukirwa era ne batenderezebwa mu mirembe gyonna.

Bwe tuba nga tusobola okwagalibwa, n'okujjukirwanga baliraanwa baffe mu ngeri eyo, kye kintu ekireeta essanyu ery'amaanyi. Kyokka bwe tuba nga tusobola okutenderezebwa Mukama ng'ekkanisa ya Firaderufiya bwe yali, kye kintu eky'olubeerera era eky'amazima. Amakulu ga kino n'essanyu tebisobola kugeraageranyizibwa na kintu kiralala kyonna.

Mukama Yateeka Oluggi Olugguddwawo mu Maaso g'Ekkanisa ya Firaderufiya

Eri Ekkanisa ya Firaderufiya, nga Mukama tannabasiima, yasooka kubawa kisuubizo nti ajja kubawa omukisa.

Yayogera naddala nti, "Laba, nnateeka mu maaso go oluggi olugguddwawo, omuntu yenna lw'atayinza kuggalawo" (olu. 8). Kasita Mukama aggulawo oluggi eri emikisa, teri muntu yenna, wadde malayika, oba omulabe setaani asobola okuluggala. Mukama yagonda okutuuka okufa, ng'agoberera okwagala kwa Katonda. Yawangula obuyinza bw'okufa. Era okuyita mu buwanguzi obwo, Katonda n'amulonda okuba Kabaka wa bakabaka era Mukama wa bakama.

Era, Yokaana 14:13 wagamba, "Na buli kye munaasabanga mu linnya lyange, ekyo nnaakikolanga, Kitange agulumizibwenga mu Mwana." Nga bwe kyogera, Katonda yasuubiza nti ajja kutuwanga ekintu kyonna kye tusaba mu linnya erya Yesu Kristo.

Peetero, omuyigirizwa wa Yesu, yayogera mu maaso ga Yesu nti, "Ggwe Kristo, Omwana wa Katonda omulamu" (Matayo 16:16). Yesu n'agamba Peetero nti, "nange nkugamba nti Ggwe Peetero, nange ndizimba ekkanisa yange ku lwazi luno, so n'emiryango egy'Emagombe tegirigiyinza. Ndikuwa ekisumuluzo ky'obwakabaka obw'omu ggulu. Kyokka kyonna ky'olisiba ku nsi kirisibibwa mu ggulu, kyonna kyonna ky'olisumulula ku nsi kirisumululibwa mu ggulu" (Matayo 16:18-19)

Waliwo obuyinza bw'amaanyi obuli mu kigambo Kye ekigamba, "nnateeka mu maaso go oluggi olugguddwawo, omuntu yenna lw'atayinza kuggalawo". Bwe buyinza bwe bumu obwaweebwa Peetero nti buli kyanaasibanga ku nsi kirisibibwa mu ggulu era nga buli kyalisumulula ku nsi ne mu ggulu bwe kityo.

Naye ekigambo kino eky'omukisa si kya Kanisa ya Firaderufiya yokka, wabula kya buli omu oba eri buli kanisa ekkirizibwa Mukama. Olw'okuba abantu n'ekkanisa Katonda Yennyini yabeera abalonza n'okubalung'amya era nga kiri mu kigendererwa kya Katonda, oluggi kasita luggulibwa Mukama, tewali n'omu asobola okuluggala embeera ne bw'eba etya.

Omulabe Setaani ne bwafuba atya okukiziyiza, kasita Katonda abeera ng'asazeewo era ng'alagidde ekintu kituukirizibwe, ddala kituukirizibwa okuweesa Katonda ekitiibwa.

Mukama y'omu jjo, leero, n'olubeerera. Ajja kubeera naffe okutuuka lw'alidda okututwala. Ajja kunyweza ekkanisa ne ba memba baayo eyo Katonda gye yateekawo.

Ekkanisa y'e Firaderufiya Yakwata Ekigambo kya Katonda wadde Yalina Amaanyi Matono

Ensonga lwaki Ekkanisa ya Firaderufiya yasobola okufuna emikisa gino gyonna kyaliwo lwakuba baakuuma ekigambo kya Katonda nga balina amaanyi matono era ne bateegaana linnya lya Mukama. Olw'okuba Mukama yali abatenderezza olwokubeera ekkanisa eyali etambudde obulungi, lwaki ate yagamba nti baalina amaanyi matono?

Kirina amakulu ga mirundi ebiri. Agasooka, 'amaanyi amatono' kitegeeza embeera nga tulina okukkiriza okutono okulinga akasigo kakalidaali, nga twakamala okukkiriza Mukama. Wabula, akasigo akatono bwe katyo kakula ne kafuuka omuti omunene ennyo, era ebinyonyi bingi ne bijja ne biwummulira mu matabi gaagwo. Mu ngeri y'emu, okukkiriza kwaffe kukula okufuuka okukkiriza okungi gye tukoma okutambulira mu bulamu Obw'ekikristaayo.

Okuva lwe baafuna amaanyi ago amatono, kwe kugamba, okuva lwe baafuma ekigero ky'okukkiriza ekyo ekitono, Ekkanisa ya Firaderufiya yakuuma ekigambo kya Katonda kye baayiga era ne bakula mu kukkiriza.

Eky'amazima, tekibeera kyangu mu ntandikwa y'Obulamu Obw'ekikristaayo okukuuma ekigambo kya Katonda n'amaanyi amatono. Kubanga babeera n'amaanyi matono okuwangula ensi, wadde nga bamanyi amazima, tebasobola ku kiteeka mu nkola mu bulamu bwabwe.

Eky'okulabirako, bawuliriza ekigambo nti balina okweggyako obusungu. Era, ne bamalirira nti bajja kutambulira mu kigambo. Naye bwe wabeerawo ekintu ekibaddewo ne kibagya mu mbeera, banyiigirawo kubanga balina amaanyi matono. Wabula, wadde balina amaanyi matono, bwe bateekera ddala ekigambo mu mutima gwabwe, ne banyiikira okusaba, basobola okuwangula nga bayambibwako Omwoyo Omutukuvu.

Ekkanisa ya Firaderufiya yalina amaanyi matono, naye baasaba n'omutima gwabwe gwonna era ne beekuuma ekigambo bwe kutyo okukkiriza kwabwe ne kukula mangu. Baasobola okufuuka ekkanisa eyafuna ebigambo eby'okutendereza okuva ewa Mukama.

Ekirala, okukuuma ekigambo kya Katonda n'amaanyi amatono kitegeeza nti, newakubadde baalina amaanyi mangi, baatuukiriza okwagala kwa Katonda n'obwetowaaze nga balinga abaalina amaanyi amatono. Katwekebejje kino okuyita mu ky'okulabirako kya Yesu, Mukama waffe.

Yesu mu kusooka yali omu ne Katonda Kitaffe. Ye Mwana omu Yekka owa Katonda, era amaanyi Ge n'obuyinza bye bimu n'amaanyi saako obuyinza bwa Katonda. Naye Yesu ono yayambala omubiri gw'omuntu omwonoonefu bwe yakka ku nsi. Era n'atambula ng'omuntu omulala yenna bwe yabeeranga. Yalina okulumwa enjala ng'omuntu omulala yenna, okukoowa, okufuuyibwa empewo, n'obulumi bw'omubiri abantu bye bayitamu.

Yatuukiriza obuvunaanyizibwa bw'Omulokozi, si mu kikula ky'Obuyinza oba ekitiibwa ky'omwana wa Katonda, naye mu kikula ky'omuntu owa bulujjo n'amaanyi matono. Wadde nga yalina amaanyi agayinza byonna, Yatuukiriza buli kimu okusinziira ku bwenkanya ng'omuntu obuntu n'amaanyi amatono ennyo era agaliko ekkomo.

Mu ngeri y'emu, wadde abamu ku ffe tuyinza okuba n'emitima emirungi n'obusobozi obw'amaanyi, Katonda tatuweerawo maanyi mangi gataliiko bukwakkulizo okuva ku ntandikwa. Katonda atulinnyisa ddaala ku ddaala okusinziira ku bwenkanya, amaanyi amatono ge tulina gasobole okugaziwa era gafuuke amaanyi amangi.

Okuyita mu maanyi ago Amatono, Ekkanisa ya Firaderufiya Teyeegaana Linnya lya Mukama

Ekkanisa ya Firaderufiya yatenderezebwa olw'okukuuma ekigambo kya Mukama saako obuteegaana linnya Lye. Wano, ebigambo nti 'teweegaana linnya Lyange' si butegaana linnya Lye kungulu kyokka n'okumwegaana.

Singa okwagala kwa Katonda kumanyiddwa era omuntu n'atatambulira mu kwagala Kwe, mu makulu agasingawo kwe kwegaana erinnya lya Mukama. Waliyo abamu abaatula n'akamwa kaabwe nti balina okukkiriza. Wabula wadde kiri kityo, bayuugayuuga ku ddyo ne ku kkono, babuusabuusa kino na kiri, era ekivaamu, baddayo mu nsi nga tebagezezzaako na kugoberera kwagala Kwe.

Omuntu bw'aba akimanyi kyokka n'agenda mu maaso n'okujeemera okwagala kwa Katonda kubanga obusonga bulinga obutono, bwasisinkana ebigezo oba okubonaabona abeera tasobola kubiwangula. Adda mu kwemulugunya n'okutolotooma ku Katonda. Ayinza n'okuva mu kanisa. Ayinza okulowooza, "Kintu kitono nnyo kino." era n'ajeemera n'amazima. Naye ku nkomerero, ajja kusisinkana embeera ey'okulya mu Mukama olukwe.

Ekkanisa ya Firaderufiya yatandika n'amaanyi matono ag'ekigero ky'okukkiriza kwabwe. Era wadde okukkiriza kwabwe kwali kukula, ebikolwa byabwe byali bimala okubafunyisa okutenderezebwa okuva eri Mukama. Baatambuliranga mu kigambo kyokka mu mbeera zonna. Tebeegaana Katonda ne bwe baali basisinkanye ebigezo oba okubonaabona, wabula baakuuma okukkiriza kwabwe era ne beeyongera okuyimirira ku jjinja ery'okukkiriza mu bunyweevu.

Ffe okusobola okukuuma ekigambo kya Mukama, n'obuteegaana linnya lya Mukama 'n'amaanyi amatono,' bwe gatyo, ekisinga obukulu, tetulina kulekayo kusaba. Tetuyinza kweggyako gatali mazima era ne tuwangula ekizikiza n'amaanyi gaffe gokka. Olw'okuba tuyinza kukikola n'amaanyi saako ekisa kya Katonda, tulina okufuna ekisa n'amaanyi okuyita mu kusaba.

Tulina n'okutegeera bulungi nnyo okwagala kwa Mukama bwe kuli. Tulina okumanya ekibi kye ki, ekizikiza kye ki, 'n'omubiri' kitegeeza ki?. Bino byonna tulina okubyeggyako mu bwangu. Singa tetukola ekyo, tuyinza okuva ku kkubo ery'obutuukirivu ne tukwata ekkubo ekyamu kubanga tetumanyi kwagala kwa Mukama bwe kuli.

N'olwekyo, abo abaagalira ddala okumanya okwagala kwa Mukama basobola okwebazanga n'okusanyuka bwe banenyezebwa n'okugambibwako. Ekyo kiri bwe kityo lwakuba basobola okutegeera okwagala kwa Mukama obulungi ennyo, era ne bakutambuliramu.

Ekkanisa ya Firaderufiya Yafuna Obukakafu Bw'okwagala kwa Mukama

Nga Mukama bw'agamba nti, "mmanyi ebikolwa byo," Mukama yali amanyi buli kimu kye baali bakoze okukuuma ekigambo Kye. Wadde baalina amaanyi amatono ag'okukkiriza kwabwe okutono, tebeegaana linnya Lye, era n'abalaga obukakafu bw'okwagala Kwe.

Yagamba nti, "Laba, ng'abo ab'omu kkung'aniro lya Setaani abeeyita Abayudaaya, so si bo, naye balimba, laba, ndibaleeta okujja okusinza mu maaso g'ebigere byo, era ndibamanyisa nga nnakwagala." (olu. 9).

Nga bwe kyanyonyoddwa edda, "ekkung'aniro lya Setaani" kye kibiina eky'abantu babiri oba okusingawo aboogera obubi ku mazima era ne baaleeta emitawaana mu kanisa. Ne, abo "abeeyita Abayudaaya so nga si bo" b'ebo abagamba nti bakkiririza mu Katonda nti era baana ba Katonda, naye nga bali mu kkung'aniro lya Setaani. Nga balemesa obwakabaka bwa Katonda.

Beeyita baana ba Katonda n'emimwa gyabwe, naye tebatambulira mu mazima, era bakola n'engambo, basalira abalala emisango, ne bakolokota abalala. Bamala galeeta mitawaana n'okukaayana mu kanisa.

Ekintu bwe kiba tekikwatagana ne birowoozo oba okutegeera kwabwe, bamanyi n'okukolokota abantu abalala abalaga ekitiibwa kya Katonda okuyita mu by'amagero n'obubonero. 'Abo abeeyita Abayudaaya so nga si bo' b'ebo abagamba nti bakkiriza naye nga bayigganya ekkanisa n'abasumba abo Katonda bennyini baalonze, era ne balemesa obwakabaka bwa Katonda.

Bayibuli egamba nti omulimba y'oyo agaana nga Yesu si ye Kristo, agaana Kitaffe n'Omwana (1 Yokaana 2:22). Naye nga waliyo n'abalimba wadde nga bagamba nti bakkiriza.

1 Yokaana 1:6 wagamba, "Bwe twogera nga tussa kimu naye ne tutambuliranga mu kizikiza, tulimba ne tutakola mazima." Nga bwe kyogera, abalimba b'ebo abagamba nti bakkiriza, naye nga tebatambulira mu kigambo kya Katonda.

Mukama agamba, "Ndibaleeta okujja okusinza mu maaso g'ebigere byo." Kitegeeza n'abantu ng'abo bajja kumala bategeere ensobi zaabwe mu maaso g'amaanyi ga Katonda, beenenye, era bajje. Okuyita mu kino, Katonda akakasa nti Ayagala ekkanisa n'abaweereza Be.

Ekkanisa ya Firaderufiya nayo yabonaabona n'okuyigganyizibwa n'ebizibu okuva mw'abo abeeyitanga Abayudaaya so nga si bo. Naye Katonda yakola abantu ng'abo okujja era ne beenenya mu maaso ge kanisa. Katonda yalaga obukakafu nti Ayagala Ekkanisa ya Firaderufiya. Naye si bonna nti baasobola okwenenya era ne bakyuka.

Baali baakola dda ekibi eky'okuvvoola Omwoyo Omutukuvu nga bavumirira Omwoyo Omutukuvu. Kale, si kyangu bo okwenenya, okukyuka, n'okusonyiyibwa (Matayo 12:31-32). Naye mw'abo abeeyita Abayudaaya, mulimu abalina emitima emirungi. Bwe bawulira ekigambo eky'amazima era ne balaba emirimu gy'amaanyi ga Katonda, bajja kuzuula ebibi byabwe era beenenye.

Katonda Alaga Obukakafu bw'Okwagala Okuyita mu Bigezo

Olumu, Katonda aganya abaana Be abaagalwa okuyita mu kuyigganyizibwa oba ebigezo nga engeri y'okubatereeza. Naye ku nkomerero kimaliriza kifuuse eky'amagero, era nga wajja kubaawo obukakafu. Ku ludda olulala, abo abayigganya oba abaleeta emitawaana bajja kusisinkana omusanga mu bwenkanya.

Ekyo kiri bwe kityo lwakuba mu kuwakanya omuntu oba ekkanisa Katonda gyayagala era gyakakasa kuba kuwakanya Katonda Yennyini. Kale, bwe tusoma Bayibuli, tulaba ng'abantu ab'ekika kino baasisinkana ebibonoobono ku nkomerero ya byonna. Abantu bwe boogera nti bagala Katonda, balina okulaga obukakafu bw'okwagala kwabwe nga kugobererwa ebikolwa. Mu ngeri y'emu, Katonda tagamba bugambi baana Be nti, 'Mbagala,' wabula Alaga obukakafu obwenkukunala obw'okwagala Kwe.

Mu Bayibuli, abo abagalibwa Katonda baalaganga obubonero obwenkukunala nti Katonda yalinga n'abo. Katonda y'omu jjo, leero n'olubeerera, era Katonda obukakafu Bwe eri ekkanisa ezo n'abasumba bayagala abubalaga mu ngeri za njawulo.

Okusookera ddala, Katonda alaga emirimu egitabalika okukakasa nti Ye Katonda omulamu. Era mu kw'olesebwa kw'Omwoyo Omutukuvu, Katonda avunnula amakulu ag'ebuziba ag'ensi ey'omwoyo etategerebwa muntu yenna. Omulabe Setaani asobola okugezaako okutabulatabula, naye Katonda alaga obukakafu ng'abakuuma.

Era, emisanvu gy'aba abeeyita Abayudaaya kyokka nga si bo gifuuka ejjinja eggumu okulinnyibwa okusobola okulaga amaanyi ga Katonda aga waggulu.

Omulabe Setaani ayinza okuyingira mu bantu ababi okuleeta ebigezo n'okuyigganya abantu ba Katonda abalonde, naye okuyita mu kino basobola okufuna amaanyi ga Katonda agasingawo okusinziira ku mateeka ag'obwenkanya. Gye bakoma okuwangula ebigezo n'obulungi, okwagala n'okukkiriza, gye bakoma okufuna amaanyi ga Katonda ag'amaanyi. Era ekivaamu, waliwo amaanyi ga Katonda agali ku ddaala eddala agasobola okutuukibwako abantu ba Katonda abalonde.

Ekkanisa ya Firaderufiya Yeekuuma Ekigambo Eky'okugumiikiriza

Abakkiriza mu Kanisa ya Firaderufiya baakuumanga ekigambo kya Katonda era ne bateegaana linnya lya Mukama wadde baalina amaanyi matono. Era baakuumanga ekigambo ky'okugumiikiriza Kwe, bwe batyo ne bakuumibwa obutayingira mu kiseera eky'okukemebwa (olu. 10). Lwaki wagamba nti 'ekigambo ky'okugumiikiriza'?

Okusobola okukuuma ekigambo kya Katonda, olumu kyetaagisa okugumiikiriza kungi. Kituufu nnyo naddala nga tulina amaanyi matono, oba okukkiriza okunafu. Engeri gye kiri nti mu kiseera kino ng'okukkiriza ku kyali kutono ebintu ebireeta okugoberera agatali mazima biba by'amaanyi mu mutima gwaffe okusinga ebyo ebituviirako okugoberera obulungi n'amazima, era okusobola okubiwangula n'okuwangula ekibi, okusobola okugoberera amazima, tulina obutalekaayo kugumiikiriza nga tusaba n'okusiiba.

Naye omutima ogw'amazima bwe gukula ne gufuuka gw'amaanyi okusinga ogw'agatali mazima, awo okugoberera amazima kwanguwa. Tetulina kuguma oba okunyigiriza okwegomba kw'omubiri nga bwe kyali mu kusooka. Ebikolwa eby'amazima bijja byokka nga tutaddemu okufuba kutono.

Naye tetulina kuleka mutima gwaffe kuwummula olw'okuba omutima gwaffe ogw'amazima gufunye ku maanyi okusinga ku gw'agatali mazima. Okuggyako nga tweggyeeko buli kika kya bubi, tulina okugumiikiriza era tubeere nga tufuga ebyo ebiyinza okuba nga bitufulumamu.

Bwe tugezaako okuguma n'obugumiikiriza era ne tugezaako nga bwe tusobola okutambulira mu kigambo kya Katonda okusinziira ku kigera okukkiriza kwaffe, Katonda okufuba kwaffe akutwala ng'ebikolwa eby'okukkiriza. Katonda akuuma abaana ab'ekika ekyo era abawa omukisa obutatuukibwako bigezo.

Olwo, kitegeeza ki nti "era nange ndikukuuma obutayingira mu kiseera eky'okukemebwa,?" kitegeeza nti ddala Katonda asasula abantu okusinziira ku kyebakoze. Abaana Be kasita babeera nga batambulira mu kigambo era mu musana, Katonda abakuuma obutayingira mu buyinza obw'ekizikiza.

Eky'okulabirako, kasita babeera nga bakuuma olunaku olwa ssabbiiti nga lutukuvu era nga bawaayo ekimu eky'ekkumi kyonna, Katonda asobola okubawa obukuumi mu bintu ebisookerwako. Ne bwe babeera nga bagudde ku kabenje nga beebakeeretedde, Katonda abakuuma ne batafuna buvune. Ate bwe bakuuma ekigambo mu kugumiikiriza era ne batambulira mu mazima? Kituufu Katonda ajja kubakuuma mu mbeera zonna.

Ensonga Lwaki Tuyita mu bigezo n'Okusoomozebwa

Abakristaayo abamu balinga abatambulira mu bulamu bw'ekikristaayo obulungi, naye ate bafuna okusoomozebwa n'ebigezo bingi. Awo abantu abamu ne batandika okwogera ebintu nga, "Bayinza okuba baayonoona mu maaso ga Katonda," oba "Bakola bantu lwe babalaba lwokka." Batandika okubageya, okubapimaapima, okusala emisango n'okunenya. Kituufu, abaana ba Katonda bwe bakuuma ekigambo Kye era ne batambulira mu mazima, Katonda abakuuma ne batalumbibwa bigezo n'okubonaabona. Abaana ba Katonda ne bwe basisinkana ebigezo, Katonda buli kimu akikola ne kibaawo olw'obulungi (Abaruumi 8:28). Kale, bwe tuba nga tetukuumiddwa Katonda era ne tubonaabona n'ebigezo saako okubonaabona, tulina okwetunulamu era ne twekenneenya oba nga ddala tubadde tutambula bulungi mu maaso ga Katonda.

Wabula olumu, tuyinza okusisinkana ebizibu ne bwe tuba nga tubadde tutambulira mu bulamu obw'ekikristaayo obulungi. Awo embeera ng'eyo bw'etuukawo kye kigezo Katonda kyaleeta okusobola okutuwa emikisa. N'olwekyo, bwe tulaba omuntu ng'ayita mu bizibu, tetulina kumukolokota olw'ekyo kye tulaba kungulu, nga tulowooza nti tukikola mu mazima.

Eky'okulabirako, Yusufu yatundibwa mu buddu eri ensi endala, era bwe yasuulibwa mu nsobi mu kkomera, yalinga abonaabona olw'ebigezo mu kulaba okw'omuntu. Naye bino byonna byakkirizibwa bibeewo olw'ekigenderererwa kya Katonda oyo eyateekateeka okufuula Yusufu omukulembeze asobole okuteerawo Isiraeri omusinji. Kale, ebigezo bino tebyakoma kuvaamu mukisa eri Yusufu yekka, wabula byaweesa ne Katonda ekitiibwa.

Bwe kityo bwe kiba n'eri Abakristaayo abeesigwa bwe bayigganyizibwa n'okuttibwa. Tekitegeeza nti babadde tebakuumibwa Katonda. Ensonga wano eri nti baawangula ebigezo.

Nga bwe kyawandiikibwa mu Baruumi 8:18, awasoma nti "Kubanga ngera ng'okubonaabona okwomu biro bya kaakati nga tekutuuka kwenkanyaankanya n'ekitiibwa ekigenda okutubikkulirwa ffe," basobola okufuna ekitiibwa ekitasobola kugeraageranyizibwa na kubonaabona okw'oku nsi kuno okuyita obuyisi.

'Ekiseera eky'okukemebwa' kiraga mu bujjuvu ekiseera eky'Emyaka Omusanvu Egy'okubonaabona Okw'amaanyi. N'olwekyo, nga tuli mu nnaku zino ez'oluvannyuma ku nsi, tulina okutamiirukuka tutambulire mu bulamu obw'obulindaala mu kukkiriza tuleme okugwa mu kiseera eky'okukemebwa.

Mu biro bino eby'oluvannyuma ku nsi, bwe tumala gagenda mu kanisa naye ne tutatambulira mu kigambo kya Katonda era bwe tukwana ensi, kitegeeza tetujja kutwalibwa mu bbanga Mukama waffe bw'anadda. Era, tujja kugwa mu Myaka Omusanvu egy'Okubonaabona Okw'amaanyi. Naye, bwe tutambulira mu kigambo mu bugumiikiriza, tetujja kuwona buwonyi kyokka, wabula tujja na kuyingira mu Mbaga Ey'emyaka Omusanvu eneetegekebwa mu bbanga wamu ne Mukama. Mukama bw'anadda nate mu bbanga, abo abanaaba beebase mu Mukama be bajja okusooka okuzuukira. Abo abalamu era nga bakkiriza Mukama bajja kwambala omubiri oguzuukidde era batwalibwe mu bbanga. Bajja kwetaba mu Mbaga Ey'obugole Ey'emyaka Omusanvu mu bbanga.

Mu kiseera ekyo, Omwoyo Omutukuvu ajja kugibwa ku nsi kuno. Ensi ejja kuyingira Emyaka Omusanvu Egy'okubonaabona Okw'amaanyi. Amaanyi g'ekizikiza gajja kuba n'obuyinza bwonna ku nsi. Oyo awakanya Kristo ajja kuvaayo. Abantu be bajja kunoonya abo bonna abagezaako okukuuma okukkiriza mu yesu Kristo. Bajja kugezaako okubakaka okwegaana Mukama n'okubonyaabonya okw'amaanyi.

Okusobola okwewala essaawa eno Ey'emyaka Omusanvu Egy'okubonaabona Okw'amaanyi, tulina okuzuukuka, okusaba, era twewunde bulungi nnyo ng'abagole ba Mukama. Kwe kugamba, tulina okweggyako buli kika kya bubi tusobole okutuukiriza omutima gwa Mukama.

Ekisuubizo kya Mukama eri Ekkanisa ya Firaderufiya

Njijja mangu, nyweza ky'olina, omuntu yenna alema okutwala engule yo. Awangula ndimufuula empagi mu Yeekaalu ya Katonda wange, so talifuluma nate ebweru, nange ndiwandiika ku ye erinnya lya Katonda wange, n'erinnya ly'ekibuga kya Katonda wange, Yerusaalemi ekiggya, ekikka okuva mu ggulu eri Katonda wange, n'erinnya lyange eriggya. Alina okutu awulire Omwoyo ky'agamba ekkanisa (Okubikkulirwa 3:11-13).

Ekkanisa ya Firaderufiya yakuuma ekigambo n'okugumiikiriza okuva nga bakyalina amaanyi amatono, era bwatyo, Mukama n'abaggulira enzigi z'emikisa era n'abalaga obukakafu bw'okwagala Kwe. Era, n'abagamba nti ajja mangu, n'engeri gye baali balina okweyisaamu (olu. 11).

Kati, ekisuubizo kya Mukama waffe ekya, "Njijja mangu!" tekyali ky'abo abaaliwo emyaka 2,000 egiyise bokka wabula kituukira ne ku bantu aba leero. Abantu abamu bayinza okugamba, "Yagamba nti ajja mangu, naye ng'aluddeyo bulala?" Naye ng'amazima taluddeyo. Ekigambo Kye kizze kituukirizibwa okutuuka ne mu kiseera kino. Abantu abasinga babeera balamu okumala emyaka nsanvu oba kinaana, era awo ne basisinkana Mukama eyagamba "Njijja mangu."

Kale, tetulina kulowooza nti okudda kwa Mukama kugenda kulwa (2 Peetero 3:9-10), wabula twetegeke bulungi nnyo okwaniriza Mukama ekiseera kyonna.

Olwo, bigambo ki eby'okuwabula n'emikisa gya Mukama ebyaweebwa Ekkanisa y'e Firaderufiya?

Mukama Ayagala Tunyweze Kye Tulina

Ekisooka, Mukama yagamba Ekkanisa ya Firaderufiya, "Nyweza ky'olina, omuntu yenna aleme okutwala engule yo" (olu. 11). Mukama olumu yagamba ekkanisa ya Suwatira nti, "Wabula kye mulina mukikwatenga, okutuusa lwe ndijja" (Okubikkulirwa 2:25). Kitegeeza nti baalina okukuuma okukkiriza kwabwe kwe baali balina, baleme okufiirwa omukisa gw'obulokozi.

Naye Mukama bwe yagamba Ekkanisa ya Firaderufiya nti, "Nyweza ky'olina," tekiri ku kya bulokozi kyokka.

Okuva mu kiseera nga bakyalina amaanyi amatono ag'okukkiriza kwabwe okutono, ba memba b'Ekkanisa ye Firaderufiya baakuuma ekigambo kya Katonda. Kale, wano kye yali ategeeza balina okutuukiriza obuvunaanyizibwa obwabaweebwa Katonda bulungi nnyo babeere nga basobola okufuna engule n'empeera Katonda ze yabasuubiza okubawa mu mu ggulu. Kale Mukama waffe abalabula obutafiirwa ngule nga b'onooneka wakati awo.

Kituufu, kasita tunaatuuka mu ggulu, engule zonna ze twafuna tezijja kutugibwako. Naye bwe tuba nga tukyali ku nsi, bwe tubivaako oba okwonooneka wakati awo, olwo engule ze tuba tulina okufuna mu ggulu zijja kutugibwako.

Bwe tuba nga ddala tulina okukkiriza, n'essuubi mu ggulu, tetulina kulekayo buvunaanyizibwa bwaffe obwatuweebwa Katonda wadde okubuvaako ffe okusubwa engule zaffe ezatusuubizibwa. Era, tetulina kuba na mmeeme z'emanyi mu buvunaanyizibwa bwaffe nga tulowooza, "Tekisobola kukolebwa nga siriiwo." Ettabaaza esobola okugibwaawo. Tulina okusigala nga tuli bakakkamu, n'okwagala okwasooka, saako okunyiikira kwe twatandika nakwo.

Katonda talekerawo kutuukiriza mirimu Gye. Kale, bwe tutatuukiriza buvunaanyizibwa bwaffe, embeera ne bw'ebeera etya, Katonda ajja kutuukiriza emirimu Gye okuyita mu muntu omulala gwe yali yategeka edda.

Katonda tatugyako buvunaanyizibwa bwaffe mangu ago olw'okuba tubusuuliridde omulundi nga gumu oba ebiri. Ddala agenda mu maaso n'okutuwa emikisa mingi ffe okusobola okudda engulu. Naye bwe tusigala kye kimu ne mu mikisa gye tuweereddwa emingi, Katonda ajja kustusikiza omuntu omulala okusobola okutuukiriza obwakaaka bwa Katonda.

Tubadde tunyiikira okusuula eri ebibi byaffe n'okukumba nga tudda mu maaso n'essuubi ery'eggulu. Kale, tetulina kufiirwa mpeera zonna ze tubadde tutereka mu ggulu olw'okutunula emabega eri ensi.

Katugambe tubadde beesigwa mu bulamu bwaffe Obw'ekikristaayo era nga tusobola okuyingira mu kifo eky'okubeeramu mu ggulu ekirungi. Naye, bwe tukola ebibi ebitutwala mu kuzikirira, ne bwe twenenya era ne tuva mu bibi ebyo, tulina okutandika buto okuviira ddala mu lusuku lwa Katonda, ekifo ekisembayo okubeera ekya wansi mu ggulu.

Naye bwe tukyukira ddala era ne tufuna ekisa okuva eri Katonda n'okufuba kwaffe tusobola okudda ku ddaala lye twaliko. Okusinziira ku kufuba kwaffe, tusobola n'okusuubira ekifo eby'okubeeramu mu ggulu ekirungi.

Emikisa Egy'Okufuuka Empagi mu Yeekaalu ya Katonda

Ekkanisa ya Firaderufiya yanyweza ekyo kye baalinga bakola

era ekyavaamu ne basobola okuwangula, Mukama yabawa omukisa nti yali ajja kubafuula empagi mu Yeekaalu ya Katonda We (olu. 12).

'Yeekaalu ya Katonda Wange' wano kitegeeza ekifo omuli namulondo ya Katonda. Nga ye Yerusaalemi Empya. Okufuuka empagi mu Yerusaalemi Empya kitegeeza okufuuka omuntu ow'omugaso mu Yerusaalemi Empya. Guno nga mukisa gwa maanyi.

Naye omukisa guno teguweebwa buli muntu, wabula guweebwa abo bokka abawangula. Ba memba b'ekkanisa ya Firaderufiya baalina okukkiriza kutono, wabula baakuuma ekigambo kya Katonda era ne bateegaana linnya lya Mukama. Na bwe kityo, okukkiriza kwabwe bwe kwagenda kukula, baali basobola okutambulira mu mazima nga tebakyukakyuka era ne batuuka ku kutukuzibwa okutuukiridde. Era baasobola okutuukiriza obuvunaanyizibwa obwabaweebwa Katonda.

Buno bwe bulamu bw'oyo awangula, era obw'oyo, alina okukkiriza Mukama kwatwala nti kutuukiridde, bajja kufuuka empagi mu Yerusaalemu Empya. Wabula wadde Katonda atugabira ekisuubizo ky'emikisa, bwe tutanyweza kisuubizo Kye ne tukuuma emitima gyaffe, ekisuubizo ky'emikisa kijja kutugibwako.

Mu butakyukakyuka bwe tutuukiriza obuvunaanyizibwa

bwaffe era ne tuwangula okutuuka ng'ekigambo ekyatuweebwa kituukiriziddwa, tusobola okufuna engule n'empeera ebyasuubizibwa saako n'omukisa ogw'okufuuka empagi mu Yerusaalemi Empya.

Olw'okuba Katonda takyukakyuka, Tatugyako mikisa gino. Olw'okuba emikisa gino tegitugibwako, Mukama kyava agamba nti, "so talifuluma nate ebweru."

Era, Mukama n'ayongera n'agamba nti, "nange ndiwandiika ku ye erinnya lya Katonda wange, n'erinnya ly'ekibuga kya Katonda wange, Yerusaalemi ekiggya, ekikka okuva mu ggulu eri Katonda wange, n'erinnya lyange eriggya" (olu. 12). Kino kitegeeza nti Katonda akakasa ekisuubizo Kye ng'akisibira ddala mu linnya lya Katonda, erinnya lya Yerusaalemi Ekiggya, n'erinnya lya Mukama waffe eriggya.

Erinnya lya Mukama waffe eriggya lye lino "Kabaka wa bakabaka era Mukama wa bakama." Lye linnya ery'ekitiibwa eryaweebwa Mukama Yesu oyo eyatuukiriza ekigendererwa ky'okulokola abantu, ng'abanunula mu bibi byabwe, era eyazuukira era n'agenda mu ggulu (Bafiripi 2:9-11).

Ebisaanyizo Eby'okuyingira Yerusaalemi Empya

Yerusaalemi kye kyali ekibuga ekikulu ekya Isiraeri. Kye kibuga bakabaka ba Isiraeri gye baabeeranga. Ssaddaaka zonna ezaweebwangayo eri Katonda zaakolebwanga ku Yeekaalu ya Katonda entukuvu mu kibuga Yerusaalemi. Wabula, Yerusaalemi Ekiggya tekiringa Yerusaalemi y'oku nsi kuno ejja okuggwawo ku nkomerero. Ekibuga Ekitukuvu, Yerusaalemi Ekiggya kya lubeerera era tekiriggwawo ng'eyo Katonda omutukuvu Yennyini gy'ajja okubeeranga (Okubikkulirwa 21:1-2).

Abo bokka abatukuziddwa mu bujjuvu era nga beesigwa ku nsi kuno be basobola okuyingira Yerusaalemi Empya. N'olwekyo, Katonda ajja kubaganya okufuna ekitiibwa eky'olubeerera. Yensonga lwaki kiyitibwa 'Ekibuga Eky'ekitiibwa.' Ekisuubizo ky'essubi lino tekituukira ku Kanisa ya Firaderufiya yokka, wabula n'eri ekkanisa zonna n'abakkiriza abeeyisa ng'ab'omu Kanisa ya Firaderufiya.

Naye tetusobola kuyingirayo bwe tutaba beesigwa okutuuka ku ddaala erisingirayo ddala n'ekigera ky'okukkiriza ekijjuvu. Tulina okutuukiriza okutukuzibwa okujjudde omutali wadde ekika ky'obubi bwonna era tulina okuba abeesigwa mu byonna mu nnyumba ya Katonda. Tusobola okuyingira n'okukkiriza okusingirayo ddala. Okukkiriza kwaffe tukusobola kutuuka ku ddala lino mu lunaku lumu. Okutuuka ku ddaala lino ery'okukkiriza tekisoboka kutuukikako n'amaanyi gaffe.

Mu Bayibuli, abo ba taata b'okukkiriza abaatwalibwa nti basaanidde okuyingira Yerusaalemi Ekiggya baava mu bigezo n'okugezesebwa eby'okubatereeza mu kigendererwa kya Katonda nga batukuvu. Baatuukiriza obuvunaanyizibwa bwabwe obwali tebuyinza kutuukirizibwa muntu wa bulijjo, okutuuka ne ku ssa ery'okufa. Olwo lwokka lwe baasobola okuba abasaanidde okuyingira Yerusaalemi Ekiggya.

N'olwekyo, katukuume ekigambo eky'okugumiikiriza awatali kukyukakyuka, wadde tulina okukkiriza kutono. Katuleme kufuna bukakafu nti Katonda atwagala nga tufuuka abatuukiriziddwa ddala n'okuba abeesigwa mu byonna, wabula tufune n'omukisa ogw'okufuuka empagi mu Yerusaalemi Ekiggya.

EKKANISA 7

EKKANISA YE LAWODIKIYA :
- Ekkanisa Ennene Eyali Tennyogoga so nga Tebuguma

Ekkanisa ye Lawodikiya yeeyagalira mu bulamu obw'ekigagga mu by'ensimbi, naye ng'ate baali banaku. Mu by'omwoyo baali mu kugezesebwa, baali bazibe, era baali bwereere. Mukama yabanenya olw'okuba baali tebannyogoga so nga tebabuguma, era n'abagamba bongere okunyiikira era beenenye.

Kino kye kigambo ekiweebwa ekkanisa ezitafuba kukyuka nga bagamba, "Tuli bagagga, era tetulina kye twetaaga."

Okubikkulirwa 3:14-22

Era eri malayika ow'ekkanisa ey'omu Lawodikiya wandiika nti: Bwati bw'ayogera oyo Amiina, omujulirwa omwesigwa era ow'amazima, olubereberye lw'okutonda kwa Katonda nti:

'Mmanyi ebikolwa byo, nga tonnyogoga so tobuguma, waakiri obe ng'onnyogoga oba obuguma. Bwe kityo kubanga olina ekibuguumirize, so tonnyogoga so tobuguma, ndikusesema mu kamwa kange. Kubanga oyogera nti, "Ndi mugagga, era ngaggawadde, so ssiriiko kye nneetaaga, so tomanyi ng'oli munaku ggwe era asaasirwa era omwavu era omuzibe w'amaaso era ali obwereere. Nkuweerera amagezi okugula gyendi ezaabu eyalongoosebwa mu muliro, olyoke ogaggawale, n'engoye enjeru, olyoke oyambale, era ensonyi ez'obwereere bwo zireme okulabika, ng'eddagala ly'okusiiga ku maaso go, olyoke olabe. Nze bonna be njagala mbanenya, era mbabuulirira, kale nyiikira weenenye.

Laba, nnyimiridde ku luggi, nneeyanjula, omuntu yenna bw'awulira eddoboozi lyange, n'aggulawo oluggi, nnaayingira gy'ali, era nnaaliira wamu naye, naye nange. Awangula ndimuwa okutuula awamu nange ku ntebe yange ey'obwakabaka, era nga nange bwe nnawangula, ne ntuula wamu ne Kitange ku ntebe Ye ey'obwakabaka. Alina okutu awulire Omwoyo ky'agamba ekkanisa.'

Ebbaluwa ya Mukama eri Ekkanisa ya Lawodikiya

Era eri malayika ow'ekkanisa ey'omu Lawodikiya wandiika nti: Bwati bw'ayogera oyo Amiina, omujulirwa omwesigwa era ow'amazima, olubereberye lw'okutonda kwa Katonda nti (Okubikkulirwa 3:14).

Enjiri yabuulirwa mu Lawodikiya okuyita mu Epafulodita, ono nga yakoleranga wamu n'omutume Pawulo. Omutume Pawulo naye yali ayagala Lawodikiya (Abakolosaayi 4:15-16). Ekkanisa ya Lawodikiya yazimbibwa mu kiseera ng'ebintu bitambula bulungi. Buli kimu ekyali kibeetoolodde kyali bulungi, naye mu kifo ky'okukula mu bulamu bwabwe obw'omwoyo, Baasigala mu kifo kimu olw'ekikemo ky'essente n'obulamu obulungi bye baali beeyagaliramu. Mukama yali alina okubanenya olw'okubeera ab'ekibuguumirize.

Ye kanisa eyafuna okunenyezebwa kwokka awatali kutenderezebwa kwonna okuva eri Mukama. Ekkanisa ye Saadi

249

yanenyezebwa naye yalimu n'abantu abataayonoona ngoye zaabwe. Naye ekkanisa ye Lawodikiya yafuna kuvumirirwa kwokka.

Oyo Amiina, Omujulirwa Omwesigwa era Ow'amazima:

Ekyawandiikibwa ky'ogera ku Mukama oyo awandiikira malayika w'ekkanisa ya Lawodikiya nti, "Oyo Amiina, omujulirwa omwesigwa era ow'amazima, Olubereberye lw'okutonda kwa Katonda" (olu. 14). Mukama yagambanga 'Weewaawo' ne 'Amiina' byokka mu maaso ga Katonda Kitaffe. Teyalina bujeemu bwonna okugamba nti 'Nedda.' Yesu yabeerawo mu kikula kya Katonda, naye teyeetwala nti yeenkanankana ne Katonda ekintu kye tutalina kwerabira. Wabula yajja ku nsi kuno mu kifaananyi ky'omuntu.

Okutuuka Omwana wa Katonda ow'ekitiibwa bwe yanyoomebwa era n'agaanibwa ebitonde Bye Ye era n'akomererwa, mu Ye mwalimu 'Weewaawo' yokka. (Bafiripi 2:6-8). Yensonga lwaki 2 bakkolinso 1:19 wagamba, "Kubanga Omwana wa Katonda, Yesu Kristo, ffe gwe twabuulira mu mmwe, teyali nti weewaawo ate nti si weewaawo, naye mu Ye mwe muli weewaawo."

Ffe, ng'abaana ba Katonda, tuteekwa okuba nga tusobola okugamba 'Weewaawo,' ne 'Amiina' byokka mu maaso ga Katonda. Tulina okutwala ebirowoozo byaffe oba enjigiriza zaffe bye tulowooza nti bye bituufu, nti tebiriimu, era tugondere ekigambo kya Katonda. Abakkiriza bangi tebakkiririza ddala oba okugondera ekigambo kya Katonda bwe kiba tekikwatagana na ndowooza yaabwe. Ebiseera ebimu, balabika ng'abagondera ekigambo kya Katonda mu ntandikwa, naye bwe basisinkana obuzibu, badda mu ndowooza yaabwe ey'omubiri. Eno efuuka ensonga lwaki tebasobola kwerabira ku mirimu gya Katonda wadde okumuddiza ekitiibwa.

Mu 2 Bakkolinso 1:20 kyawandiikibwa nti, "Kubanga mu byonna Katonda bye yasuubiza, mu oyo mwe muli weewaawo, era oyo kyava aleeta Amiina, Katonda atenderezebwe ku bwaffe." Nga Mukama bwe yakola, bwe tugonda ne 'Weewaawo' saako 'Amiina,' byokka, Katonda ajja kukkiriza ebinaava mu bugonvu bwaffe. Mu ngeri eno, tujja kusobola okutambulira mu bulamu obuweesa Katonda ekitiibwa.

Ekirala, Mukama "ye Mujulirwa omwesigwa ow'amazima." Omuntu omw'esigwa takakatikawo ndowooza ye. Era teyeenoonyeza na bibye. Mu ye mubaamu 'Weewaawo' na 'Amiina' byokka. Eky'okulabirako, kabaka bwateeka ekiragiro, omuddu omwesigwa agenderawo wadde akimanyi nti ayinza n'okufiirayo.

Olw'okuba Mukama waffe Yesu yali mwesigwa, Yagondanga na 'Amiina' okutuuka ne ku ssa ly'okufa, era ku nkomerero Yatuukiriza mu bujjuvu obunnabbi bwonna obw'ogerwa ku Mununuzi ebyayogerwa mu Ndagaano Enkadde. N'olwekyo, nga Mukama bwe yatuukiriza ekigambo kya Katonda mu bujjuvu, Yafuuka omujulirwa ow'amazima okutuuka okuba nti ekisuubizo kya Katonda kyatuukirizibwa mu bujjuvu.

Mukama Ye W'olubereberye Ow'ebitonde

Mukama ye 'w'olubereberye mu bitonde bya Katonda.' Abakolosaayi 1:15-17 wagamba, "Oyo kye kifaananyi kya Katonda atalabika, omubereberye ow'ebitonde byonna. Kubanga mu oyo ebintu byonna mwe byatonderwa, mu ggulu ne ku nsi, ebirabika n'ebitalabika, oba nga ntebe za bwakabaka, oba bwami, oba kufuga, oba masaza, ebintu byonna byatondebwa ye, era ne ku lulwe. Naye ye w'olubereberye mu byonna, era ebintu byonna bibeerawo mu ye."

Olubereberye ensi yonna na buli kyonna ekigirimu byatondebwa kigambo kya Katonda. Enjiri ya Yokaana 1:1 wagamba, "Kigambo n'aba awali Katonda, Kigambo n'aba Katonda." Mukama yali omu olubereberye ne Katonda, era Ekigambo ekyajja ku nsi kuno mu mubiri ye Yesu. N'olwekyo, Mukama ye ow'Olubereberye mu bitonde bya Katonda.

Olwo, lwaki Mukama annyonyola nti Ye "Amiina, omujulirwa omwesigwa era ow'amazima, ow'olubereberye mu bitonde bya Katonda," nga tannayogera eri Ekkanisa ya Lawodikiya? Kikakasa nti ekigambo kya Katonda kyonna ddala kijja kutuukirizibwa nti era omusango gwa Katonda gwa bwenkanya era gw'amazima.

Mukama – oyo Ow'olubereberye mu bitonde bya Katonda, era eyatuukiriza ekigambo kya Katonda mu bujjuvu ne 'Weewaawo' saako 'Amiina' byokka – era ayagala okutujjukiza nti ekigambo ekyaweebwa Ekkanisa ya Lawodikiya kijja kutuukirizibwa.

Embeera eza Leero Ezifaanana ez'Ekkanisa ya Lawodikiya

Ekkanisa bw'esaba ennyo era n'ekolerera obwakabaka bwa Katonda n'obwesigwa, Katonda abawa okudda obuggya n'emikisa egy'ensimbi. Awa buli memba omukisa omutuufu nga bwagwanidde. Waliwo ekkanisa ezimu leero ezikozesa obubi emikisa egiweebwa okuva eri Katonda. Kwe kugamba, n'emikisa egiweereddwa, ekkanisa ne ba memba ne bekkiriranye n'ensi.

Ekkanisa bw'egenda egaziwa n'ebaako weetuuse, n'abo bafuna obugagga, etutumu, n'obuyinza mu kitundu. Kati awo bwe bava ku mirimu gya Katonda era ne bagoberera etutumu oba obugaga okusinga Katonda, babeera bakolera, batambulira n'okuzannya wakati wa Katonda ne n'ensi. Mu kifo ky'essira lyabwe lyonna okuliteeka mu kulokola emmeeme endala n'okugaziya obwakabaka bwa Katonda, babeera mwe kwekkiriranya na nsi. Bwe beeyongera okwesembereza ensi bafuuka bumu n'abo abagagga, abalina etutumu, n'obuyinza.

Wabula tekitegeeza nti tulina okwesala ku abo abagagga, abalina etutumu, n'obuyinza mu nsi. Tulina okubaaniriza n'okwagala kwa Kristo, ne tussa ekimu n'abo, era ne tusiga okukkiriza mu bo okuweesa Katonda ekitiibwa. Ddala mu ngeri eno, kintu kirungi.

Naye awatali kwagala kutuufu okw'ekigendererwa ng'ekyo, wabula ng'ogenderera kwongera ku bugagga, etutumu, n'obuyinza, ekkanisa ezimu zekkiriranya n'ensi. Katonda ali mu kunenya ekkanisa zino ng'agamba nti bakibuguumirize.

Okunenya kwa Mukama eri Ekkanisa ya Lawodikiya

'Mmanyi ebikolwa byo, nga tonnyogoga so tobuguma, waakiri obe ng'onnyogoga oba obuguma. Bwe kityo kubanga olina ekibuguumirize, so tonnyogoga so tobuguma, ndikusesema mu kamwa kange. Kubanga oyogera nti, "Ndi mugagga, era ngaggawadde, so ssiriiko kye nneetaaga, so tomanyi ng'oli munaku ggwe era asaasirwa era omwavu era omuzibe w'amaaso era ali obwereere. (Okubikkulirwa 3:15-17).

Mu kiseera ekyo ppamba yali mungi mu Lawodikiya. Baali bagagga nnyo nti baalina ne zi bbanka okuva edda n'edda mu byafaayo byabwe. Nga ne mu musisi omungi ne bwayita nga mu kyasa ekye 17, ekitaali ku bibuga birala, bo baasobola okudda engulu nga tebafunye buyambi okuva mu gavumenti eya wakati ey'Abaruumi.

Ekkanisa ya Lawodikiya yakulira mu bugagga buno, era baanenyezebwa Mukama olw'okuba abekibuguumirize nga tebabuguma era nga tebanyogoga. Mukama yabagamba waakiri babugume oba bannyogoge, oba si ekyo yali ajja kubasesema mu kamwa Ke.

Okukkiriza Okwekibuguumirize, Nga Tekwokya kyokka nga Tekunnyogoga

Bwe tuteeka amazzi agannyogoga ku muliro, gafuuka agookya, naye bwe tugagya ku muliro, gafuuka gaakibuguumirize, era ekivaamu ne gannyogoga. Olwo, Okunnyogoga, okwokya, n'ekibuguumirize mu kukkiriza kye ki? 'Okunnyogoga' mu mwoyo kwe kuba nga 'Mu mutima gw'omuntu temuli mirimu gya Mwoyo Mutukuvu'; yembeera nga tewali muntu wakwataganira na bulokozi.

Olumu, mw'abo abagenda ku kanisa, mulimu abataafuna Mwoyo Mutukuvu kale tebamanyi kukkiriza okutuufu kye kuli, era tebategeera bulokozi kye ki. Era ne mu Bakristaayo abaali bafunye ku Mwoyo Omutukuvu, mulimu abateggyako kwegomba kwabwe okw'ensi. Era ekivaamu Omwoyo Omutukuvu gwe baali bafunye akalira olw'okuddayo eri ensi. Mukama agamba nti abantu ng'abo abeesamba obulokozi 'bannyogoga.'

Ku ludda olulala, 'Okubuguma' kiraga nti waliwo eddaala okukkiriza kw'abo abaafuna Omwoyo Omutukuvu wekutuuse mu kukula nga kuweebwa amaanyi amaggya ag'omwoyo buli lunaku. Bwe tuggulawo oluggi lw'omutima gwaffe era ne tufuna Omwoyo Omutukuvu, tusobola okutegeera ekigambo kya Katonda nga tuyambibwako Omwoyo Omutukuvu. Gye tukoma okweyongera okutegeera Katonda, era nga bwe tugezaako okugoberera amazima mpola mpola, tujjula Omwoyo Omutukuvu era ne tufuna ekisa n'amaanyi okuva ewa Katonda; Era mpolampola tunoonya omwoyo mu mbeera yonna.

Olw'okuba tulwanyisa ekibi n'ekigambo kya Katonda okutuuka ku ssa ly'okuyiwa omusaayi, omubiri gufa naye omwoyo ne gukula era ne tufuba okuwaayo obulamu bwaffe okusobola okutuukiriza obwakabaka bwa Katonda. Era, nga Mukama bw'agamba mu Makko 12:30, tutandika okuba nga tusobola okwagala Katonda n'omutima gwaffe gwonna, n'ebirowoozo, saako amaanyi. Kuno kwe kukkiriza 'okubuguma'.

Okukkiriza okubuguma oba okunnyogoga tekulaga kigera okukkiriza kw'omuntu wekutuuse. Si kituufu nti abakkiriza aba bulijjo balina okukkiriza okunnyogoga, so nga era si kituufu nti abo ababadde mu kanisa ebbanga eddene oba nga bakulembeze mu kanisa balina okukkiriza okubuguma.

Wadde ng'omuntu alina okukkiriza kutono bwe kuti era nga tagoberera bulungi mazima, kasita aba nga afuba nga bwasobola okugoberera okwagala kwa Katonda okusinziira ku kigero kye eky'okukkiriza, asobola okutwalibwa nti okukkiriza kwe 'kubuguma'.

Era, bw'aba n'ekigera eky'okukkiriza ekitono, N'aba nga agira n'ateeka ebirowoozo bye ku bintu eby'omubiri saako n'okukola emirimu egy'omubiri. Gamba nga, abo abatanegirako ddala busungu bayinza obutasobola kwefuga. Olwo 'ekintu eky'omubiri' kisobola okufuuka 'omulimu ogw'omubiri' bwe banyiiga era ne bayomba okukiteeka mu nkola.

Naye, ne mu mbeera eno, bwe yeenenya amangu ago era n'akyukirawo, era n'agenda mu maaso n'okukyuka, olwo nno, okukkiriza kwe tekutwalibwa nti kunnyogoga. Kwe kugamba, Bwagenda mu maaso n'okwekebera, n'asaba, era n'afuba okugondera ekigambo kya Katonda, Katonda akitwala nti alina okukkiriza okubuguma.

Ku ludda olulala, omuntu bw'atagezaako kukyuka wadde n'akatono wadde abadde mu Kristaayo okumala ebbanga ddene, oba omuntu bw'awaba wadde ng'amanyi bulungi okwagala kwa Katonda bwe kuli, olwo nno abeera n'okukkiriza okunnyogoga. Ekizibu kiri nti, tafunirawo kukkiriza kunnyogoga mulundi gumu. Okukkiriza kwe okwasooka kufuuka kwa kibuguumirize nga takitegeera, era ekivaamu ne kunnyogoga.

Okukkiriza okw'ekibuguumirize kulagibwa nga kuli mu kifo kimu nga tekubuguma nga wadde omuntu amanyi nti Katonda mulamu nti era eggulu ne ggeyeena gye biri. N'okukkiriza kuno okwekibugumirize, wadde omuntu agenda mu kanisa ng'alowooza nti alina okukkiriza, tewaba kuwuliziganya na Mwoyo Mutukuvu. N'olwekyo eddoboozi ly'Omwoyo Omutukuvu terisobola kuwulirwa. Tasobola kulung'amizibwa Mwoyo Mutukuvu. Tasobola kwezuula ne bwabeera awuliriza ekigambo kya Katonda.

Ajja ku kanisa kubanga akimanyi nti ajja kugenda mu ggeyeena singa okukkiriza kwe kunaafuuka okunnyogoga. Naye era teyeewaayo ku lwa Mukama. Tajja kugezaako kuwaayo kisingako eri Mukama, kale okukkiriza kwe tekujja kubuguma.

Era, engeri gy'atakomola mutima gwe, tewaba njawulo mu bulamu bwe. Ayinza okulabika nti mwesigwa kungulu, naye olw'okuba takomola mutima gwe, Wadde abadde Mukristaayo okumala ebbanga ddene, tewaba njawulo n'engeri gye yalimu omwaka gumu oguwedde, emyaka etaano oba kkumi. Abeera talina njawulo n'abantu ab'ensi.

Bw'aba embeera y'okuba n'okukkiriza okw'ekibugumirize tekikyamutiisa era n'atakyusa, era ekinaavaamu okukkiriza kwe kujja kufuuka okunnyogoga. Kiba nga amazzi ag'ekibugumirize agatayinza kusigala nga gabuguma wabula ne gawla okufuuka agannyogoga. N'olwekyo, abantu bwe babeera n'okukkiriza okw'ekibuguumirize okumala ebbanga, bajja kuba tebalina kye bakola na bulokozi, era ekinaavaamu bajja okukwata ekkubo ery'okuzikirira. Yensonga lwaki Mukama agamba nti, "Ndikusesema mu kamwa Kange."

Okulabula kwa Mukama Okw'obukambwe eri Okukkiriza Okwekibuguumirize

Abakkiriza tebalina kukaliza Omwoyo Omutukuvu olw'okuba balina okukkiriza okugenda kuwola. Okukkiriza okunnyogoga kugyawo enkolagana wakati w'omuntu ne Katonda nga kikifuula kizibu omuntu okufuna obulokozi. Tetulina na kubeera na kukkiriza kwa kibuguumirize. Bwe yali alabula ku kukkiriza okw'ekibuguumirize, lwaki Mukama yagamba, "Waakiri obe ng'onnyogoga oba obuguma" mu kifo ky'okugamba nti "Singa kale mubadde mu buguma"? Kiri bwe kityo lwakuba Mukama tateredde era ayagala tutegeere engeri gye tulina okufuba okwekuuma okukkiriza kwaffe obutafuuka kwa kibuguumirize.

Katugambe okukkiriza kwaffe kunnyogoga. Awo, tusobola okufuna omukisa ogw'okwenenya era ne tukomyawo okukkiriza kwaffe okubuguma okuyita mu kukangavvulwa. Eky'okulabirako, bwe twonoona era Katonda n'atuggyako amaaso Ge, tusobola okulwala ne tukonziba. Tuyinza okugwa ku kabenje oba ebibonoobono. Okuyita mu kukangavvula okw'ekika kino, tusobola okufuna omukisa okuyuza omutima gwaffe mu kwenenya ne tukomyawo okukkiriza kwaffe. Naye, okukkiriza kwaffe bwe kuba okw'ekibuguumirize, kale si kyangu okufuna omukisa guno.

Naye tekitegeeza nti tulina okuba n'okukkiriza okunnyogoga. Era amazima gali nti, bwe tuyita mu kukangavvulwa ng'okukkiriza kwaffe kunnyogoga, si kyangu ffe okwenenya n'okukyuka. Kiba bwe kityo lwakuba tubeera tutidde n'okunyiikaala, mu kifo ky'okuwulira okwagala kwa Katonda. Era, nga kiba kya busirusiru oba kya bulumi ffe okulinda okwenenya n'okukyuka nga tumaze kusisinkana kintu kizibu! Wadde tusobola okusonyiyibwa Katonda, si kyangu okukomyawo enkolagana ne Katonda singa ekutulibwawo.

Okukkiriza Okwekibuguumirize lye ddaala ebbi ennyo Ery'okukkiriza Okuli mu kifo Ekimu

Singa kutunulirwa mu ngeri endala, okukkiriza okwekibuguumirize kuyinza okutwalibwa nga okukona obubi ennyo mu kukkiriza. Naddala mw'abo abali ku mutendera ogw'okusatu ogw'okukkiriza abalina okuba nga beetunulamu bulungi nnyo wa gye bavudde. Omutendera ogusooka gwe mutendera gw'abo abakakkiriza Mukama era ng'okukkiriza kwe balina kubafunyisa bulokozi kyokka. Omutendera gw'okukkiriza ogw'okubiri gwe gw'abo abawuliriza ekigambo kya Katonda era ne bagezaako okukitambuliramu. Omutendera ogw'okusatu ogw'okukkiriza, gutwalibwa ng'okukkiriza okulina wekutuuse mu bukulu. Ku mutendera ogw'okusatu omuntu abeera asobola okutambulira mu kigambo kya Katonda ky'abeera awulidde.

Bwe tufuna Omwoyo Omutukuvu, era ne tugenda mu maaso n'okunyiikira mu kutambulira mu bulamu obw'okukkiriza, kyangu okutuuka ku mulyango oguyingira eri omutendera ogw'okusatu ogw'okukkiriza. Ate kiyitirira bwe tubeera tugenda mu kanisa ejjudde Omwoyo, omuli okukung'ana n'okusaba ebijjudde ekigambo aky'amazima, okukkiriza kwaffe kusobola okukula amangu mu kiseera ekitali kiwanvu nnyo.

Wabula wadde guli gutyo, bwe tuyingira omutendera ogw'okusatu ogw'okukkiriza, kye kiseera tutandike okuteekateeka omutima ogutalabika mu kifo ky'ebikolwa ebirabika. N'olwekyo, tulina okuteekamu amaanyi mangi n'omutima gwaffe, ne mmeeme yaffe, wamu n'amaanyi. Bwe tugenda mu kusinza, tulina okusinza mu mwoyo era mu mazima n'omutima gwonna ne mmeeme yonna. Era tulina okusaba ennyo okuva ku ntobo y'omutima gwaffe kisobole okuvaamu akawoowo akalungi ak'omutima.

Bwe tutuukiriza obuvunaanyizibwa bwaffe, omutendera gw'obwesigwa gulina kubeera gwa njawulo kw'ogwo gwe twaliko nga twakatandika okukkiriza. Kwe kugamba, ne bwe tuba nga tukola obuvunaanyizibwa bwe bumu, okukkiriza kwaffe gye kukoma okuwera, tulina okubeera abeesigwa eri obuvunaanyizibwa bwaffe n'okwagala kulina okweyongera n'obulungi.

Abazadde bye basuubira mu baana baabwe bya njawulo abaana baabwe bwe babeera bakyali bato ne bwe babeera bakuze. N'akawoowo akamu ka njawulo nnyo era k'aba ku nsimbi za njawulo, okusinziira ku bungi bwako obukozseddwa. Akawoowo bwe k'aba tekannajungululwa ne bwe k'aba katono katya bakaseera nnyo. Naye bwe kajungululwa, wadde kabeera kangi, ebbeeyi tebeera nnene nnyo.

Mu ngeri y'emu, ebikolwa bye tukola mu maaso ga Katonda biyinza okulabika nga bye bimu okukkiriza kwaffe ne bwekubeera nga kukuze, naye obulungi bwabyo buteekwa okuba busingako nga bujjudde okwagala okw'omwoyo n'obulungi.

Eby'okulabirako by'Okukkiriza okuli mu kifo Ekimu

Mu buwandiike wadde ebintu bino tusobola okubitegeera obulungi, naye ate kitegerekeka nnyo singa tutunudde mu bulamu bwaffe obwa bulijjo. Olw'okuba ebikolwa byaffe birabika ng'ebitakyuka kw'ebyo ebyalingawo edda, tuyinza obutakizuula nti twetaaga okwongeramu okunyiikira okuwaayo omutima ogwo ogutalabika eri Katonda. Era ekivaamu, wadde twalinga tutambulira mu bulamu obw'Ekikristaayo obw'okunyiikira mu kisa kya Katonda, tusobola okufiirwa obujjuvu b'Omwoyo Omutukuvu, era tuyinza okumaliriza nga tutambulira mu kukkiriza obw'okutuukiriza ng'empisa.

Tuyinza okulemererwa okugenda mu kusaba emirundi gyonna gye twagendangayo mu kunyiikira. Oba nga ne bwe tugenda, okusinza kwaffe kufuuka empisa. Tetujjula ssanyu wadde okw'olesebwa okw'Omwoyo Omutukuvu. Nga omubiri gwaffe gwe guliyo.

Twawangayo eri Katonda mu ssanyu, naye kati tukikola ng'ekitukakatako. Olumu tuwulira nga kizibu oba nga kituzitowerera. Obujjuvu bw'Omwoyo Omutukuvu bwe bugenda, omutima gwaffe gufuuka mukalu era nga mwerariikirivu. Era ekivaamu tuddayo mu nsi, era ne tugezaako okukakkanya omutima gwaffe n'ebintu eby'ensi. Era okusererako akatono bwe kati, tusobola okukola emirimu egy'omubiri n'ozimba ekisenge ky'ebibi ekinene ennyo wakati wo ne Katonda.

Bwe tutuuka ku kino, si kyangu okukomyawo okunyiikira kwe twalina ne bwe tuzuula embeera gye tulimu. Olw'okuba temuli kisa kya Katonda mu mutima gwaffe, tetulowooza na kintu kya kutambula n'okukkiriza okubuguma. Twagala kusigala nga tuwulira bulungi mu mubiri.

Olwo nno, essuubi ly'okuyingira Yerusaalemu Empya tulivaako. Tuva ku ky'okuyingira eyo abo abegiddeko ddala obubi mu mutima gwabwe era nga babadde beesigwa mu byonna mu nnyumba ya Katonda gye basobola okuyingira. Era awo ne tudda mu kulowooza nti, "Kale, kasita nsobola okuyingira mu Ggulu Erisooka ," oba "Kasita n'alokoka ekyo kimala."

Ensonga lwaki okukkiriza okw'ekibuguumirize kwa bulabe nnyo kwe kuba nti tetusobola kukuuma kukkiriza okwo okwekibuguumirize era okukkiriza kwaffe okwo okw'ekibuguumirize kujja kumala kuwole. Bwe tuleka amazzi agookya ne gabeera awo, gajja kufuuka gaakibuguumirize, era olugira gannyogoge. Engeri endala gye tuyinza okukitunuuliramu bwe butakuba nkasi n'amaanyi ng'eryato liri wakati mu mugga. Eryato terijja kusigala awo; lijja kutwalibwa amazzi.

Bwe kityo bwe kyali ne ku Assa, kabaka wa Yuda mu maserengeta g'obwakabaka. Mu myaka asatu mw'etaano egisooka ng'atudde ku ntebe, yali kabaka eyeesigamanga ku Katonda. Nnyina bwe yasinza ebifaananyi, yaggyawo ebifaananyi ebyo ng'atya nti abantu bayinza okugoberera eky'okulabirako kye, era n'amuggya ne kitiibwa ky'obwa Namasole.

Naye mu myaka gye egisembayo mu bufuzi bwe, okukkiriza kwe kwadda emabega. Luli ng'abalabe be ne bwe babeera b'amaanyi nnyo, nga yeesigama ku Katonda yekka era n'asobola okubawangula. Naye bwe wayitawo ekiseera, omulabe nga bwabalumba, n'atandika okwesigama ku bantu. Era n'atuuka n'okusaba kabaka w'abamawanga obuyambi. Kabaka Assa yanenyezebwa Katonda okuyita mu nnabbi Kanani, naye teyasobola kwenenya wadde okukyuka. Yadda mu kusiba n'okuyigganya nnabbi. Olwa kino ekyatuukawo, Kabaka Assa yabonerezebwa era ebigere bye n'ebirwala nnyo.

Singa yali akuumye okukkiriza kwe n'obwesigwa mu Katonda, oyo Katonda kwagala era omusaasizi, yandikitegedde nti Katonda yamukangavvula kubanga yali amwagala. Yandikitegedde nti Katonda yali ayagala kumuwa omukisa omulala okukyuka. Naye, teyasobola kunyweza kwagala kwa Katonda, ne bwe yali akangavuddwa Katonda. Ate kye yakola kwe kwawala amaaso ga Katonda. Ne yeesigama ku basawo b'ensi, era ekyavaamu n'afa. Ye mbeera eyaliwo eraga obulungi ekiva mu kubeera n'okukkiriza okw'ekibuguumirize.

Obulabe Obuli mu Kubeera n'Okukkiriza Okw'ekibuguumirize

Waliwo enjogera egamba nti, "Njogera ya nte nkadde nti tebeerangako nnyana." Kitegeeza nti omuntu bwe yayita mu mbeera enzibu ng'ayambibwako abalala, abeera tajjukira biseera ebyo ebizibu mu bulamu bwe. Yeerabira n'obuyambi bwe yafuna. Ekintu kye kimu kiyinza okutuukira mu bulamu obw'ekikristaayo. Katugambe nti omuntu oyo yali mu kiseera ekizibu ng'alina ebizibu bingi, naye n'asaba nnyo Katonda era n'afuna ekisa kya Katonda n'omukisa. Naye ate, mu kifo ky'okutambulira mu bulamu obw'okukkiriza, ate agwa okuva ku Katonda, era n'akwana ensi nate.

Eyo yensonga lwaki Katonda ayagala asooke okugaba omukisa ogw'emmeeme zaffe okuba obulungi, olwo nno n'alyoka atuwa emikisa gy'ebintu ebirala byonna. Kiri bwe kityo kubanga emmeeme bwe ziba obulungi, okukkiriza kwaffe tekuliwola wadde okukyuka.

Katugambe nti eriyo omuntu ng'emmeeme ye tennakulaakulana. Naye bw'alaga okukkiriza kwe nga bwasobola era n'asiga n'okusaba olw'okukkiriza okusinziira ku mutendera kwali ogw'okukkiriza, tteeka lya Katonda ery'obwenkanya nti ajja kukungula ekibala ekituufu.

Mazima ddala Katonda ajja kumuwa omukisa ogw'emmeeme ye okuba obulungi, era Katonda ajja kumuganya okukungula ky'asiga olw'okukkiriza mu kiseera ekyo. Singa buli muntu yali asobola okufuna omukisa ng'emmeeme yaabwe emaze kuba bulungi, olwo ani ayinza okufuna okuddibwamu n'eky'amagero?

Naye ekintu ekikulu lwe "LUVANNYUMA" lw'okufuna eky'okuddamu n'omukisa. Okusinziira ku ngeri gye bakwatamu obulamu bwabwe obw'okukkiriza, okuddibwamu kwabwe n'omukisa biyinza okuzaala ekibala ekijjuvu, oba ku ludda olulala, omukisa guyinza okubulirawo ddala.

N'olwekyo, ekintu ekisingayo obukulu kye kika ky'obulamu bwe tutambuliramu oluvannyuma lw'okufuna omukisa gwa Katonda. Oluvannyuma lw'okufuna eby'amagero, bwe tusigala nga tuli bamativu n'embeera, ne tuwola mu kukkiriza kwaffe, era ne tukwana ensi okwongera ku by'obugagga n'etutumu, tujja kunenyezebwa okuva eri Mukama.

Ekisingayo obubi ku kukkiriza okw'okibuguumirize kwe kuba nti omuntu akulina abeera n'ampawengwa ng'okugulu okumu kuli wa Katonda, ng'okulala kuli mu nsi. Kwe kugamba, Ng'omuntu ayimiridde ku njuyi zombi okugulu okumu mu nsi okulala nga kungulu ayimiridde mu kukkiriza, omuntu alondawo oludda olwo mwaganyulwa ennyo mu kiseera ekyo ne mu mbeera eriwo.

Mukama era agamba mu Lukka 16:13, "Tewali muweereza ayinza okuweereza abaami ababiri, kubanga oba alikyawako omu n'ayagala omulala, oba alinywerera ku omu n'anyooma omulala. Temuyinza kuweerezanga Katonda ne mamona."

Wano, 'mamona' mu lunyiriri luno tekitegeeza ebintu eby'ensi ebikwatibwako byokka. Kabonero akalaga ensi. Agamba tetuyinza kwagala byombi ensi n'ebintu eby'ensi, ne Katonda mu kiseera kye kimu (1 Yokaana 2:15).

Abantu abamu balowooza ky'amagezi "okubeera nampawengwa" bwe babeera batambulira mu bulamu bwabwe obw'okukkiriza, naye tekibeerangako ky'amagezi; ate kya busirusiru. Katonda agamba nti ajja kusesema abantu ab'ekika ekyo mu kamwa Ke (Okubikkulirwa 3:16). Okusesema mu kamwa Ke kitegeeza nti tajja kubakkiriza nti baana ba Katonda nti era tebajja kulokolebwa. Kulabula kukambwe.

Ekkanisa ya Lawodikiya yali Ngagga mu Mwoyo

Ogumu ku mukisa ogwasuubizibwa gugamba, "Balina omukisa abaavu mu mwoyo, kubanga abo obwakabaka obw'omu ggulu bwe bwabwe" (Matayo 5:3). Abo abaavu mu mwoyo balina emitima egyetowazizza. Balina ennyonta ey'okunoonya Katonda n'okumwesigamako.

Naye abo abagagga mu mwoyo bajjudde okwemanya, amalala, okweyagaliza bokka, n'okwegomba. Tebanoonya Katonda wabula badda mu kujjuza mitima gyabwe n'ebintu ebyensi.

Waliwo abantu abamu abatandika obulamu bwabwe mu Kristo nga baavu mu mwoyo, naye ekiseera bwe kigenda kiyitawo, emyoyo gyabwe gigaggawala. Naye ebyo ebivaako omubiri okweraga bye babadde banyigiriza bwe bikomawo, emitima gyabwe gisiikuuka eri ebintu eby'ensi. Tekirina kukwewunyisa nti gye bakoma okuweza obugagga, okuba ne tutumu, wamu n'obuyinza, okukkiriza kwabwe kuyinza okukyuka ne kufuuka okukkiriza okw'omubiri.

Balabika ng'abatambulira mu bulamu obw'okukkiriza, naye tebalina kuyaayaana kwonna oba ennyonta olw'amazima. Bagenda bakendeeza ku kusaba kwe baasabanga era ekivaamu ne balekerayo ddala okusaba. Kati babeera tebakyakola kintu kyonna mu kukkiriza, naye okukkiriza kwabwe kulagibwa kutuusa mukolo. Ebintu byabwe bye basoosa n'emirimu egy'ensi mu kifo ky'emirimu gya Katonda. Bagamba, "Ndi mugagga era sirina kye mbulwa."

Obwavu, Obuzibe Bw'amaaso N'obwerere mu By'omwoyo

Mukama agamba, "so tomanyi ng'oli munaku ggwe era asaasirwa era omwavu era omuzibe w'amaaso era ali obwereere." (olu.17). Bwe bategeera era ne bakkiriza ensobi zaabwe, bajja kufuna omukisa okukyusa era beenyweze ku Katonda. Naye abo abalina okukkiriza okw'ekibuguumirize balowooza ne bagamba nti bo bagagga. Olwo, babeera tebasobola kutegeera nsobi zaabwe, kale tebasobola kuzikkiriza.

Omwoyo Omutukuvu asinda, naye tebakiwulira. Kale, tebagezaako kunyiikira wadde okukyusa obulamu bwabwe. Bayinza okuba nga tewali kibabula mu by'omubiri, naye bwe bagenda mu maaso n'okukwata ekkubo lye bakutte, bajja kumaliriza bali wala n'obulokozi. Eyo ensonga lwaki banaku. Era, obugagga bwe beeyagaliramu ku nsi kuno bwa kiseera buseera. Abo abakung'anya empeera mu bwakabaka obw'omu ggulu be bantu abagagga bennyini.

Abo abalina okukkiriza okw'ekibuguumirize si beesigwa mu maaso ga Katonda. Tebasiga mu maaso ga Katonda kubanga bagala nnyo sente. Okutwaliza awamu, tebalina kintu kyonna kye baterese mu ggulu. N'olwekyo, ne bwe beenenya, ne balokolebwa nga bayise ku lugwanyu, era ne bagenda mu ggulu, tebalinayo mpeera ya kufuna. Yensonga lwaki abantu ng'abo bayitibwa 'baavu.'

Abo abategeerera ddala ekigambo mu mwoyo bajja kubeera n'essuubi erituukiridde ery'obulamu obutaggwaawo. Kale, beesanga nga batambulidde mu kigambo era nga bavudde mu kizikiza ne badda mu musana. Era okusobola okukung'anya empeera eziwera mu ggulu, bajja kufuuka beesigwa, era basige mu ssanyu olw'obwakabaka bwa Katonda.

Ku ludda olulala, abo abalina okukkiriza okw'ekibuguumirize tebalina kye bamanyi ku nsi ey'omwoyo. Era mu kifo ky'okubeera n'essuubi ery'obulamu obugenda okujja, balaba ebyo ebiriwo mu nsi ebeetoolodde byokka. Kino kye kitegeeza bwayogera nti bazibe mu mwoyo.

Abo abazibe mu mwoyo tebasobola kuzuula kizikiza mu bo, era bajja kusigala mu kizikiza (Matayo 6:22-23). N'olwekyo, babeera tebasobola kwambala byambalo by'abutuukirivu ebisaanira abaana ba Katonda. Eyo yensonga lwaki era bayitibwa nti bali 'bwereere.' Ekyambalo kiyimiriddewo ku lw'omutima gw'omuntu. 'Okwambala ekyambalo ky'obutuukirivu' kitegeeza 'okukomola omutima n'okutuukiriza obutuukirivu bw'omutima.'

Wabula, engeri abo abalina okukkiriza okw'ekibuguumirize

bwe batakomola mutima gwabwe wadde okutambulira mu kigambo, emitima gyabwe giba gikyajjudde obubi, era batambulira mu kizikiza. Kuno kwe kwoleka ensonyi ez'obwereere bwabwe mu makulu ag'omwoyo.

Okwambala olugoye olunyirira kungulu tekitegeeza nti ddala balungi. Abantu bwe batakomola mitima gyabwe, wabula ne bakuuma obubi bwabwe mu mitima gyabwe, olugoye ne bweruba lunyirira lutya kungulu, babeera booleka ensonyi z'obwereere bwabwe ku ngeri Katonda gy'alabamu ebintu.

Tujja kwambala bafuta entukuvu ennungi mu ggulu nga temuli kizikiza wadde nakatono, era bafuta eno entukuvu ennungi bye bikolwa eby'obutuukirivu eby'abatukuvu (Okubikkulirwa 19:8). Eggulu ly'abo bokka abatambulira mu kigambo kya Katonda, ne beggyako engoye ez'omubiri ez'onooneddwa ebibi, era ne bambala ebyambalo ebirungi eby'obutuukirivu (Matayo 22:10-14).

N'olwekyo, okusobola okuyingira mu ggulu ng'omugole omulungi ennyo oyo ajja okwaniriza Mukama, tulina okunyiikira okwewunda ng'abagole Be, era twambale bafuta entukuvu. Era okukola ekyo, tulina okutambulira mu bulamu obw'okukkiriza obutalina we bwekuusiza na kukkiriza kwa kibuguumirize. Tetulina kubaako we twekuusizza na bulamu bunaku, obusaasirwa obuzibe bw'amaaso era obuli obwereere.

Okuwabula kwa Mukama eri Ekkanisa ya Lawodikiya

Nkuweerera amagezi okugula gyendi ezaabu eyalongoosebwa mu muliro, olyoke ogaggawale, n'engoye enjeru, olyoke oyambale, era ensonyi ez'obwereere bwo zireme okulabika, ng'eddagala ly'okusiiga ku maaso go, olyoke olabe. Nze bonna be njagala mbanenya, era mbabuulirira, kale nyiikira weenenye(Okubikkulirwa 3:18-19).

Ekkanisa ya Lawodikiya tebaamanya kye baali babulwako. Baalowoozanga kimu nti bagagga. Mukama yali ayagala beenenye era bakyuke. Ababuulira mu bujjuvu engeri gye bali abaavu, abazibe b'amaaso, bwe bali obwereere mu mwoyo. Era n'abawa amagezi.

Mukama Ayagala Tubeere n'Okukkiriza Ng'okwa Zaabu Omulungi Ennyo

Okusooka, Agamba, "Nkuweerera amagezi okugula gyendi ezaabu eyalongoosebwa mu muliro, olyoke ogaggawale" (olu. 18). Ng'abantu b'ensi bwe batwala zaabu okuba ow'omuwendo ennyo ku nsi, Mukama ageraageranya okukkiriza ne 'zaabu alongoooseddwa obulungi ennyo,' kubanga okukkiriza kye kintu ekisingayo omuwendo mu bulamu obw'ekikristaayo.

N'olwekyo, 'okugula gyendi ezaabu eyalongoosebwa mu muliro, olyoke ogaggawale' kitegeeza 'okubeera n'okukkiriza okutakyukakyuka nga zaabu.' Tusobola okulokolebwa era ne tugenda mu ggulu singa tuba n'okukkiriza. Okujjako nga tulina okukkiriza lwe tusobola okufuna okuddibwamu eri buli kye tusaba (Matayo 9:29).

Tetulina kwatula bwatuzi kukkiriza kwaffe na mimwa gyaffe. Okukkiriza kwaffe kulina okugobererwa ebikolwa eby'okutambulira mu kigambo kya Katonda. Okukkiriza okw'ekika ekyo kwe kuyitibwa okukkiriza okw'omwoyo. Mu Bayibuli, okukkiriza ng'okwo kugeraageranyizibwa na zaabu omulungi ennyo.

N'olwekyo, abo abalina okukkiriza okw'omwoyo ddala babeera bakkiririza mu kigambo kya Katonda mu mbeera yonna era ne bagoberera ekigambo Kye. Nnabbi Eliya mu 1 Bassekabaka Essuula 18 ye yalina okukkiriza okw'omwoyo okw'ekika ekyo. Eliya yali nnabbi eyakola mu kiseera Kabaka Akabu ow'omu mambuka ga Isiraeri we yafugira.

Olunaku lumu Katonda yagamba nnabbi Eliya nti yali ajja kusindika enkuba eri ensi ya Isiraeri eyali mu kyeya okumala emyaka essatu n'ekitundu. Eliya yakkiriza ekigambo Kye. Yayambuka waggulu ku Lusozo Kalumeeri, n'avuunama ku ttaka, era n'asaba nnyo ng'atadde amaaso ge wakati w'amaviivi ge. Yasaba emirundi musanvu era ekyavaamu n'afuna eky'okuddamu eky'enkuba ey'amaanyi.

Omuwendo 'musanvu' kitegeeza 'okutuukirira era okuggwayo.' Eky'okuba nti yafuna okuddibwamu ku mulundi ogw'omusanvu kitegeeza nti okutuuka ku nkomerero, y'asaba, era n'afuna eky'okuddamu. Ne bwe wandibadde nga tewali kuddibwamu mu kusaba okw'omulundi ogw'omusanvu, Eliya yandigenze mu maaso n'okusaba okutuuka lwe yandifunye okuddibwamu.

Ekyo kiri bwe kityo lwakuba Eliya yakkiririza ddala ekigambo kya Katonda kye yali amugambye. Okukkiririza mu Katonda okutuuka ku nkomerero mu oyo gwe tukkiririzaamu omulundi gumu kwe kukkiriza okw'omwoyo okulinga zaabu omulungi ennyo.

Naye okukkiriza okw'ekika kino tekumala gaweebwa. Nga abantu b'ensi bwe balina okulongoosa zaabu n'omuliro okutuuka zaabu bwafuuka omulungi ennyo, wateekwa okubaawo engeri ey'okulongoosaamu abantu okusobola okufuna okukkiriza okulinga okwa zaabu omulungi ennyo.
 Tulina okuwangula ebigezo bingi nnyo n'okubonaabona, tulwanyise ebibi okutuuka ku ssa ery'okuyiwa omusaayi, n'okuguma mu bugumiikiriza okusobola okutambulira mu

kigambo. Okuyita mu ngeri zino ez'okutereezaamu abantu, tusobola okuba n'okukkiriza okulinga okwa zaabu omulungi ennyo.

Amaaso Ag'omwoyo n'Obulongoofu Obw'omutima

Ekkanisa ya Lawodikiya yali ngagga mu mutima era nga eri bwereere mu mwoyo. Mukama n'abagamba "ogule n'engoye enjeru, olyoke oyambale" (olu. 18). Wano, engoye enjeru ziyimirirawo ku lw'ebikolwa eby'obutuukirivu. N'ebikolwa ebituukirivu biva mu mutima omulongoofu.

Kiri bwe kityo lwakuba, nga Mukama bw'ayogera mu Matayo 12:34 nti, "Akamwa koogera kw'ebyo ebijjula mu mutima," ekiri mu mutima gwo kye kiviirayo ddala mu kamwa ko ne mu bikolwa byo. Abo bannanfuusi abatatukuza mitima gyabwe wabula ne beeraga ng'abatuukirivu kungulu tebasobola kwekweka mu maaso ga Katonda. Katonda akebera mu mitima gyabwe munda. Era obubi mu mutima gwabwe bujja kumala bubikkulwe.

N'olwekyo, 'omuntu okwambala mu ngoye enjeru' kitegeeza 'okweggyako ekizikiza n'agatali mazima okuva mu mutima era okuteekateeka omutima ne gufuuka omweru ogw'amazima.' Okujjako nga tukoze ekyo, lwe tujja okusobola okwambala engoye ez'obutuukirivu olwo ensonyi ez'obwerere lwe zitajja kubikkulwa.

Wabula, abantu bali bameka ababikkula ensonyi z'obwereere bwabwe nga tebategedde na kutegeera nti bali bwereere ennaku zino? Bano be bantu abatalina na nsonyi nga bakola ebintu ebisinga ne ku by'ensolo.

Tuyinza okubeera n'omutima 'omuddugavu' oguddugaziddwa ebibi, kyokka ne tulemwa okulaba ekizikiza ekiri mu ffe. Tuyinza okuba ng'obuvunaanyizibwa bw'omuntu twabuvaako dda n'ekifaananyi kya Katonda nga twakivaamu. Tulina okutegeera nti ebintu bino kwe kuba obwerere era akwasa ensonyi mu by'omwoyo. Abamu baatula okukkiriza kwabwe mu Katonda naye ne batalaba na kulaba nti bali bwereere mu mwoyo. Abantu ab'ekika ekyo bazibe mu mwoyo. Mukama abawa amagezi nti, " bagule eddagala ly'okusiiga ku maaso gaabwe, balyoke balabe" (olu. 18).

Bwe tuba nga tutambulira mu kigambo kya Katonda n'okukkiriza, tutandika mpola okuwulira eddoboozi ly'Omwoyo Omutukuvu. Tutandika okumanya amazima kye gali, n'ekibi. Bwe tutandika okufuna amagezi ag'omwoyo, kwe kuba n'amaaso amaggule mu mwoyo.

Amaaso gaffe ag'omwoyo bwe gagguka, tusobola okutegeera ekigambo kya Katonda, ne tuba ne ssuubi mu ggulu, ne 'twezuula' okusinziira ku kigambo, era ne tukyusa okudda mu mazima.
"Okuba n'amaaso ag'omwoyo amaggule " kiyinza okutegeeza omuntu okuba ng'asobola okulaba ensi ey'omwoyo okuyita mu maaso ag'omwoyo. Naye amakulu agasinga obukulu wano kwe kutegeera okwagala kwa Katonda nga owuliriza ekigambo kya Katonda, n'okukyusa obulamu bwaffe okufuuka obw'amazima okuyita mu kutegeera kwe tufuna.

Omuntu bw'aba n'amaaso ag'omwoyo amaggule, ng'amanyi Katonda, era n'ategeera okwagala Kwe bwe kuli, ddala ajja kubeera takwana nsi, wabula ajja kufuba okuzuula ekizikiza kyalina okusinziira ku kigambo, era n'akyuka okudda mu mazima.

Omuntu ow'ekika ekyo y'oyo atambulira mu musana. Ajja kubeera n'okussa ekimu ne Katonda okw'ebuziba, era ajja kwagalibwa Katonda mu ngeri y'emu.

Okwagala kwa Katonda mu Kukangavvula

Ekkanisa ya Lawodikiya yafuna okulabulwa okw'obukambwe era n'eweebwa amagezi okuva eri Mukama. Era, Mukama n'abakubiriza okukyuka okuva mu kukkiriza okutali kutuufu ng'agamba, "Nze bonna be njagala mbanenya, era mbabuulirira, kale nyiikira weenenye" (olu. 19).

Ebigambo bino biraga bulungi ensonga n'ekigendererwa kya Katonda lwaki akangavvula abantu. Abakangavvula kubanga abagala, era ekigendererwa ky'okukangavvula kwe kubasobozesa okwenenya era baddemu okunyiikira (Abaebbulaniya 12:6-8).

Abaana bwe babeera bakyama, abazadde bwe babeera bagala abaana baabwe, bajja kugezaako okubatereeza, ne bwe kiba kyetaagisa muggo. Omwana bwagaana okuwuliriza amagezi bazadde be ge bamuwa, abazadde bayinza n'okumuboneza omwana asobole okukijjukiranga era aleme okukyerabira. Abazadde bwe bafa ku bulumi omwana waabwe bwagenda okuyitamu ng'abonerezebwa era bwatyo n'atamuboneza, tetusobola kugamba nti ddala bagala omwana waabwe.

Waliwo omuntu ow'ekika ekyo ne mu Bayibuli. Ye Eri eyali kabona mu biseera by'abalamuzi mu Isiraeri. Abaana be ababiri baali bakola obubi. Baali b'onoona yeekaalu ya Katonda. Nga kabona, Eri yabagamba nga bugambi nti mulekerawo okukikola kyokka nga tababonereza. Era ebikolwa by'abatabani be ebibi ne byeyongera, era ekyavaamu, Obusungu bwa Katonda ne bubakakko. Abaana be ababiri baafiira my lutalo ate ye Eri, yeekanga nnyo bwe yawulira amawulire ago n'asirituka ku ntebe kwe yali atudde n'agwa ensingo ye n'emenyeka, ekyamuviirako okufa.

Ensonga lwaki Katonda akkiriza abaana be okukangavvulwa lwakuba abagala. Singa tewaba kunenyezebwa wadde okukangavvulwa nga wadde omwana asobezza, omwana tajja kutegeera nsobi ye yonna. Era omwana ajja kwongera okwonooneka, era ku nkomerero, abeera tayinza butagenda mu kuzikirira okusinziira ku tteeka ery'ensi ey'omwoyo erigamba nti "Empeera y'ekibi kufa." Tulina okuwulira okwagala okwa Kitaffe Katonda mu mutima gwaffe. Bwe tuba nga tusobola okuwulira okwagala kuno okwa Katonda mu kubonereza Kwe, tujja kwenenya, era tukyuke.

Ku ludda olulala, bwe tutabaako kye tutegeera nga wadde tumaze okuyita mu kukangavvulwa, tewajja kubeera nsonga yonna lwaki Katonda atubonereza. N'olwekyo, tetujja kuba na kubonerezebwa kulala kwonna ne bwe tukola ebibi. Omukkiriza bwabeera obulungi era ne wataba kukangavvulwa kwonna ne bwabeera tatambulira mu kigambo kya Katonda n'asigala ng'ayonoona, kitegeeza Katonda amugyeeko obwenyi Bwe. Era awo, tewaba mbeera ndala ya nnaku esinga kw'eno.

Bw'aba omwana wa Katonda omwagalwa, bwakwata ekkubo ekyamu, Katonda tajja kumuganya kugenda nga omwana eyazaawa, wabula ajja kumukangavvula. Guno guba mukisa eri omwana akangavvulwa. Ekibonerezo kiyinza okuba nga kitiisa mu kiseera ekyo. Naye bwalowooza mu ye, "Awatali kibonerezo kino, nandifuuse ki?" ajja kuwulira era ategeere okwagala kwa Katonda Kitaffe okuyita mu kibonerezo.

Tekitegeeza nti tulina okubonerezebwa buli lwe tukola ekikyamu. Nga Katonda tannagaba kibonerezo, ddala asooka n'ateekawo emikisa mingi egy'okwekebera. Katonda atuganya okutegeera okuyita mu kigambo, ng'atulabula, oba okutunenya tusobole okwenenya.

Bwe tuba nga tusobola okuzuula ensobi zaffe nga bukyali, kijja kubeera kirungi. Bwe kitaba ekyo, era ne tufuna okukangavvulwa, tulina okukitegeera, era kuba kwagala kwa Katonda Kitaffe, okwenenya okuva ku ntobo y'omutima gwaffe era tukyuke. Olwo nno tulina okukomyawo enkolagana ey'amazima gye twalina ne Katonda, era tutandike okukung'anya empeera zaffe mu ggulu nate.

EKISUUBIZO KYA MUKAMA ERI EKKANISA YA LAWODIKIYA

Laba, nnyimiridde ku luggi, nneeyanjula, omuntu yenna bw'awulira eddoboozi lyange, n'aggulawo oluggi, nnaayingira gy'ali, era nnaaliira wamu naye, naye nange. Awangula ndimuwa okutuula awamu nange ku ntebe yange ey'obwakabaka, era nga nange bwe nnawangula, ne ntuula wamu ne Kitange ku ntebe Ye ey'obwakabaka. Alina okutu awulire Omwoyo ky'agamba ekkanisa.'(Okubikkulirwa 3:20-22).

Mu kanisa omusanvu, Ekkanisa ya Lawodikiya ye kanisa eyafuna okunenyezebwa kwokka okuva eri Mukama, naye bino byonna byali mu kwagala kwa Katonda. Kale, Mukama yabawa ekigambo eky'ekisuubizo okubaganya okuba n'essuubi.

Baali mu ttulo otw'omwoyo era nga balina okukkiriza

okw'ekibuguumirize. Kale, Mukama n'abasaba bazuukuke nga bawulidde eddoboozi Lye. Era n'asuubiza nti, anaawangula, Anaamuwa okutuula awamu Naye ku ntebe Ye.

Ggulawo Omutima era Otambulire mu Mazima

Waliwo ekifaananyi ekyasigibwa omusiizi omukukuutivu William Holman Hunt ow'e Bungereza nga kiraga Mukama ng'akonkona ku luggi ng'ali bweru. Mu kifaananyi kino, ku luggi tekuli kakondo wadde omunyolo okusobola okuggula oluggi.

Kwe kugamba, kitegeeza nti oluggi lurina kuggulwa oyo yekka ali munda, Mukama waffe bwalukonkonako. Kabonero akalaga Mukama akonkona ku luggi lw'omutima gwaffe.

Mu ngeri y'emu, Mukama yagamba ba memba b'ekkanisa ya Lawodikiya nti "Laba, nnyimiridde ku luggi, nneeyanjula, omuntu yenna bw'awulira eddoboozi lyange, n'aggulawo oluggi, nnaayingira gy'ali, era nnaaliira wamu naye, naye nange" (olu.20).

Okusookera ddala, amakulu ga "nnyimiridde ku luggi, nneeyanjula" kwe kuba nti Mukama akonkona ku mutima gwaffe era yeeyanjula eri omutima gwaffe n'ekigambo eky'amazima. Bwe tuwuliriza ekigambo kya Katonda, tulina okukikuuma mu mutima gwaffe. Era okusobola okukola ekyo, okusooka, ekigambo eky'amazima kirina okuyingira nga kiyita mu luggi olw'ebirowoozo byaffe. Era kirina okutuyingiramu okuyita mu luggi olw'omutima.

Kasita ekigambo kiteekebwa mu mutima gwaffe mu ngeri eyo, tusobola okutambulira mu kigambo mpolampola. Olwo nno ne kiyitibwa "okulya n'okunywa ne Mukama." Naye, ne bwe tuba twaggulawo oluggi lw'ebirowoozo era ne tukkiriza ekigambo, singa oluggi lw'omutima gwaffe terugguddwawo, ekigambo kijja kusigala ng'ekyo kye tumanyi obumanya mu bwongo bwaffe.

Kuno nga kwe kuyitibwa "okukkiriza okumanye." Kwe kukkiriza okufu okwo okutagobererwa bikolwa. Abo abalina okukkiriza kuno bajja kugira babeere n'okukkiriza okw'ekibuguumirize. Wadde batambulidde mu bulamu obw'okukkiriza okumala ebbanga ddene, era nga bawulidde nnyo ekigambo, olw'okuba tebateeseteese kigambo mu mutima gwabwe, Tebayinza kubeera na kukkiriza kwa mwoyo, okukkiriza okuva ku ntobo y'omutima. Bafuuka abagenda obugenzi ku kanisa.

Wadde Mukama ye Muyinza wa buli kintu, Takaka muntu yenna kuggulawo luggi lwa mutima gwe. Singa Katonda akaka omuntu okuggulawo oluggi lw'omutima gwe era n'amusobozesa okubeera n'okukkiriza okw'omwoyo, waliwo omuntu yenna mu nsi muno atandiyinzizza kufuna bulokozi? Tekwandibadde kuteekateeka bantu okuyita mu bwenkanya.

Katonda buli omu amuganya okwesalirawo. Ayagala afune

abaana abatuufu abajja okukkiririza mu Katonda era abamwagala okuva ku ntobo y'omutima gwabwe nga tewali abakase. N'olwekyo, tulina okutegeera nti wadde Mukama akonkona ku luggi lw'ebirowoozo byaffe n'omutima, ffe tulina okuggulawo oluggi.

Bwe tuba nga ddala twagala Katonda, tetuyinza kulema kuggulawo luggi lwa mutima gwaffe, tulyoke tuliire wamu n'okunywa ne Mukama, era tutambulire mu kigambo eky'amazima.

Omukisa Ogw'okutuula Wamu ne Mukama

Bwe tuggulawo oluggi lw'omutima, ne tukkiriza ekigambo eky'amazima, era ne tuliira wamu n'okunywa ne Mukama nga tutambulira mu kigambo, tujja kuwangula ensi eno n'omulabe setaani.

Eri abantu ab'ekika ekyo, Mukama agamba, "Awangula ndimuwa okutuula awamu nange ku ntebe yange ey'obwakabaka, era nga nange bwe nnawangula, ne ntuula wamu ne Kitange ku ntebe Ye ey'obwakabaka." (olu. 21). Nga Mukama bwe yawangula obuyinza bw'okufa era n'atuula ku mukono ogwa ddyo ogwa Katonda, abo abanaawangula bajja kutuula ku ntebe y'obulokozi.

Wadde Mukama ekigambo kye yayogera eri Ekkanisa ya

Lawodikiya kyali kyakunenya bunenya olw'okukkiriza kwabwe okw'ekibuguumirize, Mukama yagamba ku nkomerero nti oluggi lw'obulokozi lwali lukyali luggule gye bali singa beenenya era ne bakyuka. Okutuuka oluggi lw'ekyombo ky'obulokozi bwe lunaggalwa, wakyaliwo omukisa. Eyo yensonga lwaki Mukama ayogera n'abo mu ngeri eno n'omutima Gwe oguyaayaana.

Tulina okuwangula, era tulina okweyongera mu kuwangula okutuuka ku nkomerero. Tulina okutambulira mu kkubo efunda Yesu lye yatambuliramu mu ssanyu, okwebaza, n'okwagala awatali kukyukakyuka okutuuka ku nkomerero. Olwo lwokka lwe tuyinza okuyimirira ne Mukama era tweyagalire mu kitiibwa Naye ku lunaku olw'enkomerero.

Naye waliwo abantu abamu abalinga abawangudde wakati awo, ate olugira ne babivaako ne babeera nga tebasobola kwetaba mu mukisa n'ekitiibwa.

Katukebere okukkiriza kwaffe n'ekigambo kya Mukama ekyaweebwa Ekkanisa ya Lawodikiya. Okukkiriza bwe kuba kubadde kwakibuguumirize, katwenenyezeewo, era tukyuke. Katuyimirire mu lubu lw'abo abanaaba bawangudde okutuuka ku nkomerero, oba n'okusingawo, tusigale kumpi ne ntebe ya Mukama nga tunyweza ekifo ekisingako obulungi mu bwakabaka obw'omu ggulu lwa mpaka.

Okumaliriza

Okwagala kwa Katonda Okuli mu Mubaka Eri Ekkanisa Omusanvu

Era laba, Nzija mangu. Aweereddwa omukisa akwata ebigambo by'obunnabbi obw'ekitabo kino (Okubikkulirwa 22:7).

Amagezi g'abantu tegatuukiridde, era abavuzi b'ennyonyi ennwanyi basobola okuyita mu mbeera nga tebajjukira gye bavudde wadde gye balaga, ekiviirako obubenje obwa buli kika.

Singa bwe babeera nga bayita ku nnyanja ennene ng'omuvuzi alina okubonga ennyo ennyonyi mu ngeri y'okugisulika, omuvuzi ayinza obutamanya oba ennyanja yeriwa oba eggulu. Oba bwe bamala okuddukira ku misinde emingi ennyo nga bambuka ate olugira ne bakendeeza emisinde kwe babadde baddukira, ennyonyi ebeera ekyagenda waggulu naye omuvuzi ayinza okuwulira ng'agwa wansi.

Okusobola okwewala okutabukira mu bbanga, abavuzi b'ennyonyi balina okwesigama ku buuma obupima n'okulaga sipiidi. Balina okutegeera sipiidi kwe baddukira n'oludda gye balaga okusinziira ku buuma buno kye bulaga, so si bo kye bawulira.

Kye kimu ne mu kukkiriza kwaffe. Ebirowoozo by'abantu, ng'ebitonde, n'ebirowoozo bya Katonda ng'omutonzi bya njawulo. N'olwekyo, obulamu bwaffe bwe tubutambuliza mu Kristo nga bwe twagala, tuyinza okutabulwa. Bwe kityo bwe kyali ne mu kanisa omusanvu ezawandiikibwako mu kitabo Eky'okubikkulirwa.

Buli kanisa baalina okunyiikira okwabwe era nga balowooza baali bakola mulimu gwa Katonda. Naye ekkanisa ezimu zaafuna kunenyezebwa era ezimu ne ziwabulwa okuva eri Mukama.

Ne leero, ekkanisa nnyingi zigamba nti basinza Mukama, ne basaba Katonda, era nti bamwagala nnyo, naye nga ddala ekkanisa ziri mekka ezisanyusa mu maaso ga Katonda? Obubaka buno obwaweebwa ekkanisa omusanvu kipimo kirungi ekiyinza okukozesebwa okukebera okukkiriza kwaffe.

Butubuulira bulungi kanisa ki etenderezebwa, na kanisa ki ezinenyezebwa Mukama. Kale, tulina okutegeera kanisa ya n'aba ki gye tusabiramu essaawa eno.

Era, Tulina okwetunulamu oba tuyinza okufuna okunenyezebwa kwe kumu ng'ekkanisa ezimu ze kwafuna okuva eri Mukama. Bwe twezuulako ekintu, tetulina kulindirira kwenenya era bakyuke batambulire mu kigambo.

Okusinga byonna, tulina okukitegeera nti obubaka obwawandiikibwa eri ekkanisa omusanvu bwawandiikibwa mu kitabo eky'Okubikkulirwa. Kino kiriwo okuzuukusa ekkaniza zonna okuva mu ttulo otw'omwoyo mu biro eby'oluvannyuma. Kwe kwagala kwa Katonda bbo okusobola okwetegekera okujja kwa Mukama okw'omulundi ogw'okubiri.

Naye wadde Mukama alaze bulungi nnyo engeri gye tuyinza okufunamu okutenderezebwa okuva Gyali okuyita mu bubaka obuweereddwa eri ekkanisa omusanvu, bwe tutagonda, ddala kiba tekirina mugaso gwonna.

Ekiseera tekikyali wala eri Mukama, oyo eyazuukira era n'agenda mu ggulu, okukomawo. Era ku nkomerero, ddala wajja kubaayo omusango ku kanisa n'abasumba abakiikiridde ekkanisa. Nsaba mu linnya lya Mukama nti abasomi bonna bajja kutegeera amazima gano era bakyuke okufuuka ekkanisa n'abasumba Mukama basobola okutendereza.

Ebifa ku Muwandiisi :
Dr. Jaerock Lee

Dr. Jaerock Lee Yazaalibwa Muan, ekisangibwa mu ssaza lye Jeonnam, mu Nsi ye Korea, mu mwaka gwa 1943. Ng'ali mu myaka amakumi abiri, Dr. Lee yabonaabona n'endwadde nnyingi ez'olukonvuba okumala emyaka musanvu era ng'alinda bulinzi kufa awatali ssuubi lya kuwona. Wabula lumu mu biseera eby'omusana mu mwaka gwa 1974, yatwalibwa mwannyina mu kanisa era bwe yafukamira wansi okusaba, amangu ago Katonda Omulamu n'amuwonya endwadde ze zonna..

Okuva Dr. Lee bwe yasisinkana Katonda Omulamu okuyita mu ngeri ennungi bw'etyo, ayagadde Katonda n'omutima gwe gwonna era n'amazima, era mu mwaka gwa 1978 yayitibwa okuba omuweereza wa Katonda. Yasaba n'amaanyi ge gonna n'okusiiba asobole okutegeera obulungi okwagala kwa Katonda, alyoke akutuukirize mu bujjuvu era agondere Ebigambo bya Katonda byonna. Mu 1982, yatandika ekanisa eyitibwa Manmin Central Church esangibwa mu kibuga Seoul, eky'omu nsi ye Korea, era eby'amagero bya Katonda ebitabalika, omuli okuwonya okw'eby'amagero bizze bibeerawo mu kanisa ye.

Mu 1986, Dr. Lee yatikkirwa ku mukolo Annual Assembly of Jesus ogwali mu Sungkyul Church of Korea, n'afuuka omusumba era oluvanyuma lw'emyaka ena mu mwaka gwa 1990, obubaka bwe bwatandika okuzanyibwa ku butambi mu nsi ya Australia, Russia, Philippines, n'ensi endala nnyingi ku mikutu nga Far East Broadcasting Company, Asia Broadcast Station, ne Washington Christian Radio System.

Nga wayise emyaka essatu mu 1993, Manmin Central Church yalondebwa okuba "emu ku kanisa 50 ezikulembedde mu nsi yonna" nga bino byafulumizibwa aba Christian World magazine (ng'efulumira mu Amerika) era n'afuna ekitiibwa ky'obwa Dokita mu By'eddiini okuva mu ttendekero eriyitibwa Christian Faith College, eky'omu kibuga Florida, ekisangibwa mu Amerika, era mu 1996 yaweebwa eky'obwa ssabakenkufu mu ttendekero lye Kingsway Theological Seminary, eky'omu kibuga Iowa, mu Amerika.

Okuva omwaka gwa 1993, Dr. Lee akulembeddemu okutambuza enjiri mu nsi yonna okuyita mu kuluseedi ennyingi z'akubye emitala w'amayanja nga kuluseedi eyali e Tanzania, Argentina, L.A., Baltimore City, Hawaii, ne New York City eky'omu Amerika, Uganda, Japan, Pakistan, Kenya, Philippines, Honduras, India, Russia, Germany, Peru, Democratic Republic of the Congo, Israel ne Estonia.

Mu 2002 empapula ez'amaanyi mu Korea z'amuyitanga "omusumba ow'ensi yonna" olw'emirimu gye mu nsi ez'enjawulo gye yakubanga Kuluseedi ennene ennyo. Naddala, kuluseedi ye ey'omu kibuga New York eyaliyo mu 2006 nga yayatiikirira nnyo, Kuluseedi eyali mu kisaawe ekimanyiddwa ennyo ekiyitibwa Madison Square Garden era nga yayita ku mpewo ku mikutu gy'empuliziganya mu nsi 220, mu kuluseedi gye yakuba mu Isiraeri mu mwaka gwa 2009 mu kifo ekiyitibwa International Convention Center ekisangibwa mu Yerusaalemi era n'alangirira mu buvumu nti Yesu Kristo ye Mununuzi era Omulokozi.

Obubaka bwe bwatuuka mu nsi 176 okuyita ku setilayiti n'omukutu ogumanyiddwa nga GCN TV era mu mwaka gwa 2009 ne 2010 akatabo akamanyiddwa ennyo mu Russia kaafulumya nti Dr. Lee y'omu ku bakulembeze b'eddiini 10 abasinga okukwata ku bantu, mu katabo Victory ne mu new agency Christian Telegraph olw'obuweereza bwe ku TV obw'amaanyi ne mu makanisa agali ebunaayira gasumba.

Weguweredde omwezi ogw'okutaano mu 2013, Ekanisa ya Manmin Enkulu eweza ba memba abassuka mu 120,000. Waliwo amatabi g'ekanisa 10,000 mu nsi yonna, nga 56 gali mu nsi ye Korea, era aba minsani 129 beebakasindikibwa mu nsi 23, omuli Amerika, Russia, Germany, Canada, Japan, China, France, India, Kenya, n'endala nyingi.

Ekitabo kino w'ekifulumidde, Dr. Lee abadde awandiise ebitabo ebirala 85, omuli ebisinze okutunda nga Okuloza ku Bulamu Obutaggwaawo nga si n'afa, Obulamu Bwange, Okukkiriza Kwanga I & II, Obubaka Bw'omusalaba, Ekigera Okukkiriza, Eggulu I & II, Ggeyeena, Zuukusa Isiraeri! ne Amaanyi ga Katonda. Ebitabo bye bikyusiddwa okudda mu nnimi ezisuka mu 75.

Waliwo obubaka bwe obuwandiikibwa mu miko gye mpapula z'amawulire ng'olwa The Hankook Ilbo, The JoongAng Daily, The ChosunIlbo, The Dong-A Ilbo, The Munhwa Ilbo, The Seoul Shinmun, The Kyunghyang Shinmun, The Korea Economic Daily, The Korea Herald, The Sisa News, ne The Christian Press.

Dr. Lee kati akola ng'omukulembeze w'ebitongole by'obu misani bingi saako ebibiina: nga ye Sentebe wa, The United Holiness Church of Jesus Christ; Ye Pulezidenti wa, Manmin World Mission; Pulezidenti ow'enkalakalira owa, The World Christianity Revival Mission Association; Ye yatandika, Manmin Ttivvi; Ye yatandika era ali ku bboodi ya, Global Christian Network (GCN); Mutandisi era ye Ssentebe wa Bboodi ya, World Christian Doctors Network (WCDN); era ye yatandika era ye sentebe wa Bboodi ya, Manmin International Seminary (MIS).

Eggulu I & II

Ekifaananyi ekiraga ekifo ekirungi ennyo abatuuze b'omu ggulu mwe babeera n'ennyinyonyola ennungi ey'emitendera egy'enjawulo egy'obwakabaka obw'omu ggulu

Obulamu Bwange, Okukkiriza Kwange I & II

Evvumbe ery'omwoyo erisingayo obulungi erigiddwa mu bulamu obwameruka n'okwagala kwa Katonda okutatuukika, wakati mu mayengo g'ekizikiza, n'enjegere ezinyogoga saako obulumi obutagambika

Okuloza ku Bulamu Obutaggwaawo nga si n'afa

Obujjulizi bwa Dr. Jaerock Lee, eyazaalibwa omulundi ogw'okubiri era n'alokolebwa okuva mu kiwonvu eky'ekisiikirize eky'okufa era abadde atambulira mu bulamu bw'ekikristaayo obw'okulabirako

Ekigera Okukkiriza

Kifo kya kika ki eky'okubeeramu, engule n'empeera ebikutegekeddwa mu ggulu? Ekitabo kino kikuwa amagezi n'okukulung'amya okusobola okupima okukkiriza kwo osobole okuluubirira okukkiriza okusingayo obukulu.

Ggeyeena

Obubaka obw'amazima eri abantu bonna okuva eri Katonda, oyo atayagala wadde omwoyo ogumu okugwa mu bunnya bwa ggeyeena! Mujja kuzuula ebyo ebitayogerwangako ku bukambwa ate nga bwa ddala obuli mu magombe aga wansi aga geyeena.

www.urimbooks.com

www.ingramcontent.com/pod-product-compliance
Lightning Source LLC
LaVergne TN
LVHW021234080526
838199LV00088B/4344